# அசோகமித்திரனை வாசித்தல்

அசோகமித்திரன் புனைவுலகு குறித்த வாசிப்புகள்

# அசோகமித்திரனை வாசித்தல்

அசோகமித்திரன் புனைவுலகு குறித்த வாசிப்புகள்

## பெருந்தேவி

தொகுப்பாசிரியர்

கவிஞர். அமெரிக்காவிலுள்ள ஜார்ஜ் வாஷிங்டன் பல்கலைக் கழகத்தில் தெற்காசிய மதங்கள், பண்பாட்டு மானுடவியல், இந்திய மருத்துவ வரலாறு, பெண்ணியம் ஆகிய துறைகளுடே ஆராய்ந்து முனைவர் பட்டம் பெற்றவர். தற்போது அமெரிக்காவில் சியனா கல்லூரியில் இணைப் பேராசிரியராகப் பணிபுரிகிறார். தன் துறைகள் சார்ந்து கட்டுரைகளை ஆய்வு இதழ்களில் வெளியிட்டிருக்கிறார். *காலச்சுவடு, கல்குதிரை, மணல் வீடு, கூடு ஆய்விதழ்* முதலிய தமிழ் இதழ்களிலும் கட்டுரைகள் வெளிவந்துள்ளன.

கவிதை தவிர மொழிபெயர்ப்பு, சிறுகதை, நாடகம் ஆகியவற்றிலும் ஈடுபாடு கொண்டிருப்பவர்.

தொடர்புக்கு: *sperundevi@gmail.com*

# அசோகமித்திரனை வாசித்தல்

அசோகமித்திரன் புனைவுலகு குறித்த வாசிப்புகள்

தொகுப்பாசிரியர்
## பெருந்தேவி

காலச்சுவடு பதிப்பகம்

அன்பார்ந்த வாசகருக்கு,

*வணக்கம்.*

*காலச்சுவடு நூலை வாங்கியமைக்கு நன்றி.*

*நூலின் உள்ளடக்கம், உருவாக்கம், அட்டைப்படம் இன்ன பிற அம்சங்கள் பற்றிய உங்கள் கருத்துகளையும் ஆலோசனைகளையும் காலச்சுவடு வரவேற்கிறது. தகவல், எழுத்து, வாக்கியப் பிழைகள் தென்பட்டால் கட்டாயம் தெரிவித்து உதவுங்கள். நூல் தயாரிப்பில் கடும் குறைபாடு இருப்பின் மாற்றுப் பிரதி உங்களுக்குக் கிடைக்கக் காலச்சுவடு ஏற்பாடு செய்யும்.*

*மின்னஞ்சல்:* **publisher@kalachuvadu.com**

*காலச்சுவடு நாகர்கோவில் தலைமையகத்துக்கும் கடிதம் அனுப்பலாம்.*

*தங்கள்*
**எஸ்.ஆர். சுந்தரம் (கண்ணன்)**
*பதிப்பாளர் – நிர்வாக இயக்குநர்*

---

**அசோகமித்திரனை வாசித்தல்** அசோகமித்திரன் புனைவுலகு குறித்த வாசிப்புகள் ❖ கட்டுரைகள் ❖ தொகுப்பாசிரியர்: பெருந்தேவி ❖ © கட்டுரையாசிரியர்களுக்கு ❖ முதல் பதிப்பு: ஜனவரி 2019 ❖ வெளியீடு: காலச்சுவடு பப்ளிகேஷன்ஸ் (பி) லிட்., 669, கே.பி. சாலை, நாகர்கோவில் 629001

காலச்சுவடு பதிப்பக வெளியீடு: 897

**acookamittiran vaacittal** Critical essays on Asokamithran's fiction ❖ Essays ❖ Edited by Perundevi ❖ © Authors ❖ Language: Tamil ❖ First Edition: January 2019

Published by Kalachuvadu Publications Pvt. Ltd., 669 K.P. Road, Nagercoil 629001, India ❖ Phone: 91-4652-278525 ❖ e-mail: publications @kalachuvadu.com

ISBN: 978-93-88631-28-0

01/2019/S.No. 897, kcp 2276, 18.6 (1) MLL

அசோகமித்திரனுக்கு

# பொருளடக்கம்

# ஒரு பிடி மணல்

எழுத்தாளர்களைப் பற்றிய பதிவு நம் மனதில் எப்படி உருவாக வேண்டும்? நம் வாசிப்பைச் சார்ந்து, அந்த எழுத்தைப் பற்றிய கூர்மையான விமர்சனம், திறனாய்வு போன்றவை வாயிலாக. ஆனால், இவற்றின் வழியாக அபிப்பிராயங்கள் உருவாவதற்கு முன்னால் வேறு மனத் தடைகள் தமிழ் இலக்கியச் சூழலில் வாசகர்களை வந்தடைந்துவிடுகின்றன. இதில் முதன்மையான தடை, நம் நண்பர்கள் கொண்டிருக்கும் இலக்கிய நிலைப்பாடுகளை நாம் அப்படியே சுவீகரித்துக்கொண்டுவிடுவது. நண்பர்கள் எழுத்தாளர்களாகவும் இருக்கும்போது இதற்கான சாத்தியம் இன்னும் அதிகம். விளைவாக, அந்த எழுத்தாளரை நாம் தவிர்த்துவிடக்கூடும்; அல்லது மேற்கூறிய கருத்துரை ஆற்றுப்படுத்தல்கள் நமக்கு ஒரு கடிவாளப் பட்டையைப் போட்டுவிடும். அதைத் தாண்டி எழுத்தைத் திறந்த மனத்தோடு அணுகுவது இயலாமல் போய்விடும்.

அசோகமித்திரனைப் பொறுத்தவரை எனக்கும் அதுதான் நடந்தது. சென்னைக்கு வந்து வாசிக்கத் தொடங்கிய 1990களில் சில நல்ல புத்தகங்கள் நண்பர்களால் எனக்கு அறிமுகப்படுத்தப்பட்டன. ஆனால், கூடவே இத்தகைய கருத்துரை ஆற்றுப் படுத்தல்கள் நடந்தன. குறிப்பாக அவரது யதார்த்தவாத எழுத்து இலக்கியத்தில் காலாவதியான போக்கு என்று சொல்லப்பட்டது. வாழ்க்கையின் யதார்த்தத்தைப் பிரதிநிதித்துவப்படுத்துவதாகத் தன்னை அறிவித்துக்கொள்ளும் யதார்த்தவாதம் இந்தியச் சமூகங்கள் உள்ளிட்ட பின்காலனியச் சமூகச் சிக்கல்களைப் பேச உதவாது; எந்தச் சிக்கலும்

இல்லாமல் யதார்த்தத்தை மொழியில் கொண்டுவந்துவிடலாம் என்கிற எளிய சட்டகத்தைக் கொண்டது அந்த எழுத்துப் பாணி என்று சொல்லப்பட்டது. சில வருடங்களுக்காவது இக்கருத்தை கெட்டியாகப் பற்றிக்கொண்டு இருந்திருக்கிறேன்.

ஆனால், சென்னையை விட்டு நீங்கிவந்த பின்னர், கடிவாளம் தானாகவே உடைந்தது. அமெரிக்கப் பல்கலைக்கழகத்தில் வகுப்புகள், நட்புகள் காரணமாக வெவ்வேறு இலக்கியப் போக்குகள் அறிமுகமாயின. அப்போது புனைவெழுத்து, திறனாய்வு இவற்றையெல்லாம் பலவகைகளில் அணுகலாம், காலாவதி எழுத்து என ஒன்றில்லை என்று புரிந்துகொண்டேன். ஏனெனில் இத்தகைய ஆற்றுப்படுத்தல்கள் தமிழ்ச் சூழலில் தொடர்ந்து நடந்துகொண்டுதான் இருக்கின்றன. யதார்த்தவாத எழுத்துக்கும் இவை நடப்பதுண்டு. இவற்றைத் தாண்டித்தான் இலக்கிய ஆக்கங்களும் வாசகர்களும் சந்தித்துக்கொள்ள வேண்டியிருக்கிறது. அசோகமித்திரனின் ஆக்கங்களைப் பொறுத்தவரை, இத்தகைய சந்திப்புக்கான ஒரு களமாக, வேறுபட்ட கோணங்களிலான வாசிப்புகளின் தொகுப்பாக இந்த நூல் அமைகிறது. ஓரளவுக்கேனும் வாசகருக்கு அணுக்கமான மொழியில் இதில் இடம்பெற்றிருக்கும் கட்டுரைகள் இருக்கின்றன என நினைக்கிறேன்.

அசோகமித்திரனை மீண்டும் நான் தேடிக் கண்டடைந்த போது, அவர் எழுத்துகளின் உள்ளிடையான நவீனத்துவத்தின் தனித்துவம் எனக்குப் புலப்பட்டது. நிலப்பிரபுத்துவ மதிப்பீடுகளும் அதிகார உறவுகளும் சொல்லாடல்களும் சற்றே மாறி மறைகிற சூழலில், சமூக அவலத்துக்கும் தனிமனித மீட்சிக்கும் இடையே பாலம் போட்டுக்காட்டியது அவர் எழுத்து.

அசோகமித்திரன், தன்னுடைய *காலச்சுவடு நேர்காணல்* (செப்டம்பர் 2014) ஒன்றில், "என்னுடைய கதைகளெல்லாமே எனக்குத் தெரிந்த மனிதர்களுக்கு நான் செலுத்துகிற அஞ்சலிதான்," என்று கூறுகிறார். அவருடைய பல கதைகள், பழக்கமான மனிதர்களைக் குறித்த புதிய சித்திரத்தை வாசகர்க ளிடத்தில் உருவாக்கக்கூடியவை; அன்றாட வாழ்க்கையைக் குறித்த, தீவிர விசாரணைக்கான திறப்புகளை ஏற்படுத்தக் கூடியவை. சினிமா ஸ்டுடியோக்களில் ரோல் தேடும் கலைஞன், பெண் பிணத்தைப் பார்த்துக்கொண்டு பின்னால் வருபவன், பங்க்சர் ஒட்டுபவர்கள், கூட்டிப் பெருக்குபவர்கள், நண்பர்கள் வீடுகளில் அவமானப்படும் எழுத்தாளன், துணை நடிகர்கள், பேருந்தில் நசுங்குபவர்கள், சுண்டல் விற்பவர்கள், அலுவலக பியூன்கள், கார் ஒட்டுநர்கள், வேலையில்லா இளைஞர்கள்,

யாசகம் கேட்பவர்கள், குறி கேட்பவர்கள், ஏழைச் சிறுமிகள், கிறுக்குப் பெண்கள், காசின்றிப் பொது நூலகத்துக்குப் படிக்க வருபவர்கள், ஒண்டுக் குடித்தனக்காரர்கள், பக்கத்து வீடுகளில் கடன் வாங்குபவர்கள், சாமியார்கள் எனப் பற்பல 'சாதாரண' மனிதர்கள் பங்கேற்கும் உயிர் அரங்கம் அவர் எழுத்து. முக்கிய மாகக் குடும்ப நிறுவனத்தால் ஒடுக்கப்படும் பெண்களை, குழந்தைகளை, நகரத்தில் விளிம்பு நிலையில் வாழ்பவர்களைக் காட்சிப்படுத்திய எழுத்தாளர்களில் இன்றியமையாதவர் அசோகமித்திரன். சிலசமயம் 'அமானுஷ்ய'க் கூறுகளும் அவர் படைப்புகளில் காணப்படுவதுண்டு என்றாலும், எளிய மனிதர்களை முன்னிலைப்படுத்தியே அவர் எழுத்தியக்கம் இருந்தது.

இந்தத் தொகுப்பு அசோகமித்திரன் எனும் மேதையின் கடல் போன்ற எழுத்துப் பரப்பின் கரையில் நானும் இலக்கியப் புலம்· சார்ந்த நண்பர்களும் சேர்ந்து எடுத்திருக்கும் ஒரு கைப்பிடி மணல். 2014ஆம் ஆண்டு ஜூன் 7 அன்று நடந்த 'அசோகமித்திரனை வாசித்தல்' என்ற ஒருநாள் கருத்தரங்கால் மட்டுமே இது சாத்தியமானது. பொதுவாக நவீன இலக்கியம் சார்ந்து தீவிரத் திறனாய்வுகள், வாசிப்புகள் ஆகியவற்றைப் பொறுத்தவரை, தமிழிலக்கியச் சூழலின் வறுமை வருந்தத்தக்கது. முன்னோடி நவீன எழுத்தாளர் ஒருவரைக் கவனப்படுத்தி, அவர் ஆக்கங்களை முதன்மைப்படுத்தி ஓரிரு நூல்கள் வெளிவருவதேகூட இங்கே அபூர்வம். அப்படியே வந்தாலும் பெரும்பாலும் கல்விப் புலம் சாராத இலக்கிய ஆர்வலர்களின் முயற்சியாக இருப்பதற்கே வாய்ப்பு உண்டு.

இதே 'மேற்கத்திய' அல்லது வேறு சில 'கீழை' நாடுகளைப் பார்த்தோமானால், அசோகமித்திரன் போன்ற ஒரு முன்னோடியைப் பற்றி நூலகத்தில் குறைந்தபட்சம் ஓர் அலமாரியாவது திறனாய்வு, விமர்சன நூல்கள், ரீடர் எனப்படும் வாசிப்பு வழிகாட்டித் தொகுப்புகள் என நிறைந்திருக்கும். தவிர பல்கலைக்கழகப் பேராசிரியர்களின் பணியாக அவை பெரும்பாலும் இருக்கும் என்பதைச் சொல்ல வேண்டியதில்லை. இத்தகைய பணியில் பொதுவாகத் தமிழகப் பல்கலைக் கழகங்களின் தமிழ் இலக்கியத் துறைகள் இதுவரை செய்திருப்பது என்னவென்பதை நான் சொல்லி வாசகர்கள் தெரிந்துகொள்ள வேண்டிய அவசியமில்லை. தமிழகப் பல்கலைக்கழகங்கள் பெரிய அளவில் ஒரு பொருண்மையான ஆய்வரங்கத்தைக்கூட அவர் எழுத்துக்காக நடத்தியதாக, சிறப்பிதழ் போன்ற எதையும் வெளியிட்டதாக எனக்குத் தெரியவில்லை. இன்றுவரையிலும் இது எனக்கு வியப்பைத் தருகிறது.

செ்னைப் பல்கலைக்கழக இதழியல் துறை சார்பில் அசோகமித்திரன் படைப்புகள் பற்றிய அரைநாள் நிகழ்வு 2013ஆம் ஆண்டு நடத்தப்பட்டது என்று மலரமுதன் முகநூல் பின்னூட்டத்தில் ஒருமுறை தெரிவித்தார். இப்படி ஒருசில விதிவிலக்கு முயற்சிகள் இருக்கலாம். போலவே, தமிழகம் அல்லாத இதர மாநில எழுத்தாளர்கள் யு.ஆர். அனந்தமூர்த்தி, மகாஸ்வேதாதேவி போன்றவர்களின் எழுத்து அவர்களின் மாநிலங்களில் பெரிய அளவில் விவாதிக்கப்பட்டு, இந்திய அளவில் கவனம் பெற்றதுபோல அசோகமித்திரனுக்கு நடக்கவில்லை. இதை அசோகமித்திரனை மொழிபெயர்த்த என். கல்யாணராமன் ஒரு கட்டுரையில் குறிப்பிட்டு விமர்சித்திருக்கிறார் (*'Ashokamitran: The Invisible Giant,' Livemint, 1 April, 2017.*)

'அசோகமித்திரனை வாசித்தல்' கருத்தரங்கம் சில தனிநபர் களின் முயற்சியால் நடந்த ஒருநாள் நிகழ்வு. கருத்தரங்கில் பங்கேற்ற எழுத்தாள நண்பர்களும் நண்பர்கள் ஸ்ரீகுமார், வேம்பு போன்றவர்களும் பெரிதும் உதவினார்கள். கிட்டத்தட்ட ஐம்பது, அறுபது வாசகர்கள் வந்ததாக நினைவு. கருத்தரங்கு நடந்த அன்று, அசோகமித்திரன் சற்று உடல்நலம் குன்றியிருந்தார் என்றாலும் வருகை தந்து, தொடக்கத்திலிருந்து இறுதிவரை அரங்கத்திலிருந்து உரைகளைக் கவனத்தோடு கேட்டதை மறக்க இயலாது. வந்திருந்த வாசகர்களில் இலக்கிய ஆர்வலர்களும் பேராசிரியர்களும் மாணவர்களும் பத்திரிகையாளர்களும் இருந்தார்கள். உரைகளுக்குப் பின் செறிவான உரையாடலை அவர்கள் உருவாக்கினார்கள்.

இக்கருத்தரங்கை வேறுவகையில் திட்டமிட்டிருந்தால், நட்புவட்டம் தாண்டியும் சிலர் பங்கேற்றிருந்திருக்கலாம்; என்றபோதும் அசோகமித்திரன் ஆக்கங்களுக்கான, இதற்கு முன் பரிச்சயமில்லாத சாளரங்களை இத்தொகுப்பு திறக்கும் என நம்புகிறேன்.

என். கல்யாணராமனின் கட்டுரை, அசோகமித்திரனின் ஆக்கங்களில், காலனிய வரலாறு மற்றும் நவீனச் சமூகப் பண்பாட்டுப் புலத்தில் மாறுதலுக்குள்ளான பெற்றோர்களுக்கும் பிள்ளைகளுக்கும் இடையேயான உறவுகளின் சிக்கல்கள் பற்றிப் பேசுகிறது. அம்ஷன் குமார் கட்டுரையின் மையப் பொருளாக, எழுத்தாளரின் கதைகளில் வருகிற சினிமா உலகம் இருக்கிறது. பெரும்பாலான மக்கள் புரிந்துவைத்திருக்கும் விளையாட்டான, பொழுதுபோக்கான உலகம் அது என்பதற்கு எதிர்ப்புள்ளியாக உள்ளீடற்ற, சத்தற்ற உலகமாக அதை அசோகமித்திரன் காட்டியுள்ளதாக அவர் விவரிக்கிறார். பெருமாள் முருகன்

முதன்முறையாக அகப்பாடல்களுக்கேயுரிய 'இறைச்சி' கோட்பாட்டை நவீன இலக்கியத்தை அணுகப் பயன்படுத்தி, 'இனி வேண்டியதில்லை' சிறுகதையை இலக்கிய நயம் பாராட்டும் மரபிலிருந்து ஆய்வுக்கு உட்படுத்துகிறார்.

ராஜன் குறையின் கட்டுரை 'இன்று' நாவலை ஆராய் கிறது. அசோகமித்திரனின் அழகியல், வரலாற்றின் 'மங்கிய தடங்கள்' கொண்ட அன்றாடத்தின் பெரும்பரப்பைத் தன் கரிசனையாகக் கொள்வதைத் தத்துவப் பின்புலத்தில் எடுத்துக் காட்டுகிறது. பெருந்தேவியின் கட்டுரை 'மானசரோவர்' நாவலில், நவீனமயமாக்கப்பட்ட வாழ்வின் அல்லல்களுக்கு எதிர்ப்புள்ளியாக, மீட்சியாக, துறத்தல், மனநிலை பிறழ்தல் போன்றவற்றின் வாயிலாகத் தனிமனித சுயம் புறந்தள்ளப்படுதலை, அதில் இயங்கும் பால்பாகுபாட்டை விவாதிக்கிறது. ராமானுஜத்தின் கட்டுரை '18வது அட்சக்கோடு' நாவலை ஆராயும் வகையில், நாவலின் வரலாற்று அனுபவப் பரிமாணத்தை முன்னிறுத்தி, சமூக அடையாளம் என்பது தனிமனித சுய–வரையறையாக மாறும்போது நேர்கிற சிக்கல்களை விவாதிக்கிறது.

இவற்றில் சில கட்டுரைகள் *காலச்சுவடு, உயிர்மை, சொல்வனம்* இதழ்களில் வெளிவந்தன; சில திருத்தங்கள், மீள்–வரைவுகளுக்குப் பின் தொகுப்பில் சேர்க்கப்பட்டிருக்கின்றன.

கருத்தரங்கில் பங்குபெற்றவர்கள் பேசி முடித்தபின் அசோகமித்திரன் சில மணித்துளிகள் உரையாற்றினார். அவருடைய உரை சில கதைகளைப் பற்றிய அவருடைய வாழ்க்கை அனுபவத்தோடான பார்வையைப் பகிர்ந்துகொள்வதாக இருந்தது. நண்பர்கள் சிலர் பதிவு செய்திருந்த உரையை இப்போது கேட்கும்போது பல இடங்களில் அவர் வார்த்தைகளைப் புரிந்துகொள்வது சிரமமாக இருந்தது. என்றாலும் உரையின் சுவையைக் கோடிட்டுக் காட்டச் சில பகுதிகளை முடிந்தவரை இங்கே தருகிறேன். தொடர்புறுத்தல் ஒர்மைக்காகப் பேச்சுமொழி யிலிருந்து எழுத்துமொழிக்கு மாற்றியிருக்கிறேன். அடைப்புக் குறிகளுக்குள் இருப்பவை தெளிவுக்காக நான் சேர்த்தவை. அவர் உரையிலிருந்து:

"கேட்கப்படுகிற எல்லாக் கேள்விகளுக்கும் பதில் சொல்லிவிட வெல்லாம் முடியாது. ஆனால் ஏதோ சில விஷயங்களைச் சொல்லலாம். இந்தச் சித்தர் பற்றி ஒரு பெரிய விவாதம் இங்கே நடந்தது. எல்லாக் கலாச்சாரத்திலும் அந்த மாதிரி சாதாரண மானுட அளவுகோல்களுக்கு மேல் போகிற சில மனிதர்கள் உண்டு. ...இது ஆண்களுக்கு மாத்திரம் தனி

என்று கிடையாது. பெண்களுக்கும் இந்த மாதிரி இருக்கிறது. அமிர்தானந்தமயி ஓர் உதாரணம். இதை எப்படி விளக்க முடியும்? அமிர்தானந்தமயி கட்டிப்பிடிக்கிறாரே தவிர பேசுவதுகூடக் கிடையாது. இன்னொன்று, இந்த மாதிரி எல்லா நாடுகளிலும் உண்டு. இந்தியாவுக்கு மட்டும் இது தனியாகக் கிடையாது...

இந்தச் சித்தர் இருக்கிறாரே, அவர் நிஜமாகவே இருந்தார்... அவர் திடீரென்று ஒருநாள் அவருடைய மனைவி, குழந்தைகள் எல்லாரையும் விட்டுவிட்டுப் போய்விட்டார். அவ்வாறு விட்டுச் சென்றதற்காக மனைவி, குழந்தைகளை நினைத்தெல்லாம் அப்புறம் மிகவும் கஷ்டப்பட்டார். அவருடைய ஒரு பெண், பிச்சைக்காரி மாதிரியே இருந்தார். கும்பகோணத்தில் அவருடைய [சித்தருடைய] கோயிலிலேயே இருந்தார். [சாந்தவெளியில் கும்பகோணம் அருகே இருக்கிறது இந்தக் கோயில். அசோகமித்திரன் என்னிடம் ஒருமுறை இந்தக் கோயிலுக்குச் சென்று பார்த்து, அந்தப் பெண்ணுக்கு உதவிசெய்யும்படி கூறினார். நான் போய்ப் பார்த்தபோது அவர் இறந்துவிட்டிருந்தார். அதை அசோகமித்திரனிடம் தெரிவித்தேன்.] அந்தச் சித்தர் யார் யாருக்கோ ஏதேதோ விதத்தில் உதவியிருக்கிறார்...

அப்புறம் அந்த வெற்றிலை பாக்கு விஷயம் [சித்தர் தொடர் பான இந்தப் பதிவு மானசரோவரில் இடம்பெற்றிருக்கிறது] இருக்கிறதே, அது எனக்கு நடந்தது. அவர் கையிலிருந்து [காசு] வந்ததுபோல எனக்குத் தோன்றியது. பர்சிலிருந்துகூட இருக்கலாம். இல்லை என்று நான் சொல்லவில்லை. அரை ரூபாய். அப்போதெல்லாம் ஐம்பது காசுக்கு வெற்றிலை பாக்கு, வாங்கலாம். புகையிலையும் வாங்கலாம். அதைக் கொடுத்துவிட்டு, இந்தக் கடைக்குப் போவென்று அவர் சொல்கிறார். அப்போது இரவு பதினோரு மணிக்கு மேல் ஆகிவிட்டது. இந்தச் சின்னச் சின்னக் கடையெல்லாம் மூடிவிடும். காரணம் என்னவென்றால் அந்தக் கடைதான் அவர்களுக்கு வீடு. கடையை மூடினால்தான் அவர்கள் படுத்துத் தூங்க முடியும். இவர் சொல்கிறாரே என்று நான் போகிறேன். போனால் அந்த ஒரு கடை மட்டும் திறந்திருக்கிறது. நான் வாங்கினேன். ஆனால் அவர் "எனக்கு என்று சொல்லி வாங்கு," என்றிருந்தார். இது ரொம்ப நுண்மையான விஷயம். சொல்லும்போது, வெற்றிலை பாக்கு வாங்கிக்கொண்டு வா என்று மட்டும் சொல்லக் கூடாதா, எனக்கு வேணும் என்று சொல்லி வாங்கிக் கொண்டு வா என்கிறார். ஆனால் அங்கே போனால்,

அது முழுக்க மறந்துபோய்விடுகிறது. நான் வெற்றிலை பாக்கு வாங்கிக்கொண்டு வந்த பின் அவர் கேட்கிறார்: "எனக்கு என்று சொல்லி வாங்கினாயா?" அப்போது தூக்கிவாரிப் போடுகிறது. வேர்த்துப் போகிறது. அப்போது அவர் சொல்கிறார், "இந்த ஒரு சின்ன விஷயத்தில் ஒரு சின்ன அறிவுரையை உன்னால் பின்பற்ற முடியவில்லை. நீ எப்படியப்பா எல்லாவற்றையும் விட்டுவிட்டுப் பெரிய முக்தியை அடையப் போகிறாய்?" ... ஒரு சின்னக் காரியத்தை நம்மால் செய்ய முடியவில்லை, பெரிய விஷயமெல்லாம் எதற்கு? அவ்வளவுதான், அத்தோடு முடிந்தது.

ஆனால், அந்தச் சித்தர் இருக்கிறாரே, அவரிடம் யார் யாரோ என்னென்னவோ உதவிகள் கேட்டார்கள். முடிந்ததைச் செய்தார், முடியாததை விட்டுவிட்டார். விதிக்கப்பட் டிருந்தால் செய்வார். இல்லாவிட்டால் பேசவே மாட்டார். இதற்கெல்லாம் நாம்தான் விளக்கங்கள் சொல்லிக்கொண்டு இருக்கிறோம் ...

இந்தப் படைப்புகளுக்குப் பெரிய நோக்கமென்று எதுவும் கிடையாது. ஏதோ ஒரு சுவாரசியமான நபர் அல்லது ஒரு சுவாரசியமான நிகழ்ச்சி என்பதால் அந்த விஷயத்தை எழுதுகிறோம். அதைப் பற்றி எழுதுவதுதான் உங்களுடைய நோக்கம். ஆனால், கதை இருக்கிறதே, அது உங்களுடைய அந்த நோக்கத்தைப் பூர்த்தி பண்ண வேண்டும் என்பதே இல்லை. இதை உங்களுக்கு வரலாற்றுப்பூர்வமாகவே சொல்லலாம் ...

'இன்று'வில் வருகிற சீதா உண்மையாகவே என் நண்பனுடைய சகோதரி. அவர் அப்படியே மேலே இருந்து கீழே விழுந்து இறந்து போனார். அது என்னவென்று எனக்கு முழுக்கத் தெரியாது. ஆனால் அவர் சகோதரர் பாதிக்கப்பட்டார். அது எனக்கு ரொம்ப வருத்தமாக இருந்தது. ஒரு பெண், முப்பது முப்பத்திரண்டு வயது, கல்யாணம் ஆகவில்லை, ஒரு உறவு இருக்கிறது. இவர்கள் குடும்பம் சட்டென்று ஏற்றுக்கொள்கிற மாதிரியான உறவு இல்லை. அந்த மனிதனுக்கு ஏற்கெனவே ஒரு மனைவி இருக்கிறாள். அவள் அந்த அலுவலகத்துக்கு வந்து அவளைத் திட்டுகிறாள். எப்படி ஒரு நெருக்கடி பாருங்கள், அப்போது ஒரு பியூன் வந்து சொல்கிறான், "ஏம்மா இது மாதிரி எல்லாம் இதுக்கெல்லாம் எடம் கொடுக்குறீங்க..." அதனால் இல்லை என்றில்லாவிட்டாலும், அப்போது

அவளுக்கு இதுதான் [தற்கொலை] ஒரு தீர்வு என்று தோன்றுகிறது...

ஒன்றைச் சொல்ல வேண்டுமென்றால், இந்தக் கதை இருக்கிறதே, கதை எழுதுகிறவனுக்கே என்ன செய்கிறான் என்று ரொம்பத் தீர்மானமாகத் தெரியாது. ஆனால் பிரதி (text) உங்களிடம் இருக்கிறது. அதனால் நீங்கள் பிரதியைத் தான் நம்ப வேண்டும். என்னை நம்பக்கூடாது. நான் வந்து ஏதேதோ சமயங்களில் சொல்லுவேன். எழுத்தாளர்கள் அப்படியொரு விளக்கம் கொடுப்பதுகூடப் பொருத்தமில்லை.

இவ்வளவு நேரம் என்னுடைய பேச்சை நீங்கள் கேட்டுக் கொண்டு இருந்தீர்கள். அதற்கு என்னுடைய நன்றி.”

கருத்தரங்க நிகழ்வு நடைபெற்ற அடுத்த நாள் (8 ஜூன் 2014) ரத்தினச் சுருக்கமான கடிதமொன்றை ஆங்கிலத்தில் அவர் எனக்கு எழுதியிருந்தார்: “பல்கலைக்கழகங்களால்கூடச் செய்ய முடியாத அபாரமானதொரு பணியை நேர்த்தியாகச் செய்திருக்கிறீர்கள். உங்களுக்கு என் பாராட்டுகள். உங்கள் முயற்சிகள் சிறப்பாக அமைய என் வாழ்த்துகள்.” இக்கடிதத்தை இதுவரை முகநூல் பதிவைத் தாண்டிப் பொதுவெளியில் எங்கும் பகிர்ந்துகொண்டதில்லை. இப்போது பகிர்ந்துகொள்ளக் காரணம் அவர் எங்களைப் பாராட்டியதை அறிவிக்க அல்ல, சாதாரண, சிறிய கருத்தரங்கு அவருக்கு அளித்த நல்ல உணர்வைப் பகிர்ந்துகொள்வதற்காக. உண்மையில் அவர் எழுத்துதான் இலக்கியத்தைப் பற்றி உரையாட அரிய வாய்ப்பை எங்களுக்கு ஏற்படுத்தித் தந்தது. அன்றைக்கு முன்னெடுத்த உரையாடல், நிகழ்வுக்கு வந்த, வர முடியாத இலக்கிய வாசகர்களோடு, இந்தத் தொகுப்பால் மேற்கொண்டு தொடர வேண்டும் என்றும் எதிர்பார்க்கிறேன். தொகுப்பை வெளியிடும் காலச்சுவடு பதிப்பகத்துக்கு என் நன்றி.

ஆல்பனி<br>
24 நவம்பர் 2018

பெருந்தேவி

# அசோகமித்திரனின் கதையுலகில் பெற்றோரும் பிள்ளைகளும்

என். கல்யாணராமன்

## கருத்தரங்கின் தேவை

"அசோகமித்திரனை வாசித்தல்" என்ற கருத்தரங்கின் தேவை பற்றிய என் பார்வை யிலிருந்து இந்தக் கட்டுரையைத் தொடங்குவது பொருத்தமாக இருக்கும் என்று நினைக்கிறேன். அசோகமித்திரன் நம்மிடையே வாழ்ந்த எழுத்தாளர் களில் முதன்மையானவர்; ஏறக்குறைய அறுபது ஆண்டுகளாகப் படைப்புத் தளத்தில் செயல்பட்டுக் கொண்டிருந்தவர். அவர் இயற்றியிருக்கும் புனைவிலக்கியத்தை மட்டும் கருதுவோமேயானால் தோராயமாக 300 சிறுகதைகளையும் பத்து நாவல்களையும் எழுதியிருக்கிறார்; தமிழ்ச் சூழலில் மூன்று தலைமுறை வாசகர்களையும் பெற்றிருக்கிறார். ஆனால், நானறிந்த வரையில் அவருடைய படைப்பு களைப் பற்றி எழுதப்பட்டிருக்கும் விமர்சனங்கள் பெரும்பாலும் ரசனையின் அடிப்படையிலேயே அமைந்திருக்கின்றன. சிலர் அசோகமித்திரனின் கதைசொல்லும் பாணியைப் பற்றியும், வேறு சிலர் அவருடைய வாழ்க்கைத் தத்துவம் என்று தாங்கள் புரிந்துகொண்டதன் அடிப்படையிலும் தத்தம் மதிப்புரைகளை எழுதியிருக்கின்றனர். கதை சொல்லும் பாணி, மொழி, நடை இவற்றில் மரபார்ந்த பாணியிலிருந்து விலகித் தனக்கென ஒரு புதுப்பாதையை அமைத்துக்கொண்டிருக்கும்

எழுத்தாளர் குறித்து இவ்வகை சிலாகிப்புகள் எழுவது எதிர் பார்க்கக் கூடியதே, எனினும், அசோகமித்திரனை அவர் வாழ்ந்து வருகிற காலத்துடனும் அக்கால இடைவெளியினூடே ஏற்பட்டு வருகிற மாற்றங்களுடனும் தொடர்புபடுத்தி எழுதப்படும் விமர்சனங்கள் அரிதாகவே காணக் கிடைக்கின்றன. விமர்சன மென்பது வாசகனுடைய பார்வையைக் கூர்மைப்படுத்தி அதன் எல்லைகளை விரிவுபடுத்துவது. படைப்புகள் வாசகனுக்களிக்கக் கூடிய சாத்தியங்கள், விமர்சனத் துறையின் சுணக்கத்தால் முடக்கப்பட்டுவிடலாகாது. எனவே, புதிய விமர்சன அணுகுமுறைகளையும் பார்வைகளையும் முன்வைக்கும் கருத்தரங்குகளின் தேவை இன்று அதிகம். இத்தகைய வாசித்தலுக் கான எத்தனங்கள் அசோகமித்திரனுக்கு மட்டுமல்ல, தமிழின் முன்னணி எழுத்தாளர்கள் பலருக்கும் தேவைப்படுகிறது. இந்தக் கருத்தரங்கையும் இவ்வகை முயற்சிகளில் ஒன்றாகப் பார்க்கலாம்.

## பொதிந்திருக்கும் வரலாறு

ஜெயமோகன் ஒரு கட்டுரையில் சொல்லியிருப்பார், 'அசோகமித்திரனின் கதை சொல்லும் பாணி, வாழ்க்கையின் இயல்பான தருணத்தை மொழியில் கைப்பற்றுவது' என.

இது உண்மைதான். மனவோட்டங்களை அசோகமித்திரன் எழுதினாலும் பொருண்மையான உலகின் இருப்பையே எப்போதும் முதன்மைப்படுத்துவார். இதுதான் நம் உண்மையான அனுபவமும் கூட. நம் மனப்பிராந்தி, அச்சம், பதட்டம், குரோதம், பகற்கனவு இவையனைத்தையும் மீறி இந்த உலகம் சுழன்று கொண்டுதான் இருக்கிறது. இந்த யதார்த்தம் நாம் தவிர்க்கக் கூடியதல்ல. யதார்த்த உலகுடன் அசோகமித்திரனின் கதைகள் கொண்டுள்ள அமைதியான, அசைக்கமுடியாத பிணைப்பின் மூலமே அசோகமித்திரனின் புனைவுலகம் அன்றாடத்துக்கு அப்பால் செல்வதில்லை என்பது போன்ற மனப்பதிவு வாசகனிடம் ஏற்படுகிறது. எதார்த்த உலகின் மீதான கவனத்தை எத்தருணத்திலும் சிதறவிடாமலிருப்பது, படைப்பாளியின் தீவிரமான மனவடக்கமன்றி வேறல்ல. ஆனால், அவர் விவரிக்கும் தருணங்கள் நிகழும் உலகத்தின் மேற்பரப்பை மட்டுமே சுட்டுவது என்னும் பார்வை பிழையானது. *"Eternity is contained in the moment"* என்பார்கள். பயிற்சி பெற்றவர்களுக்கு, அவருடைய கதைத் தருணங்களில் பொதிந்திருக்கும் வரலாறும், சமூக அமைப்பும் அரசியலும் தெரியவரும்.

இதை இன்னொரு வழியிலும் கண்டுகொள்ளலாம். ஏதோ ஒரு சந்தர்ப்பத்தில் அசோகமித்திரன் தன் கதைகளைப் பற்றி



என். கல்யாணராமன்

இவ்வாறு கூறியிருக்கிறார்: "நான் இதுவரை எழுதியுள்ள கதை களைப் பார்க்கும்போது நான் மாறிவரும் பாத்திரங்களையும் நிகழ்வுகளையும் கொண்ட ஒரு நீண்ட கதையைத்தான் எழுதி வருகிறேனோ என்று தோன்றுகிறது."

அவருடைய நெடுநாள் வாசகன் என்ற முறையில் இக்கூற்றை என்னளவில் உண்மையென்றே உணர்கிறேன். ஒட்டுமொத்தமாக அசோகமித்திரனின் புனைவுலகம் அவர் வாழ்ந்துவரும் காலத்தை யும் அந்தக் காலத்தில் வாழ்ந்த மனிதர்களையும் தொடர்ந்து கவனப்படுத்துகிறது. இந்தத் தொடர்ச்சியில்தான் அந்த மனிதர் களின் வரலாற்றுப் பின்புலத்தையும் சமூக, பண்பாட்டுப் பின்புலத்தையும், அவற்றிலிருந்து எழும் மனப்பாங்கையும் நாம் புரிந்துகொள்கிறோம். இந்தக் கண்ணோட்டத்தில் அசோகமித்திரனின் சில படைப்புகளையும் அவற்றில் பெற்றோர்களுக்கும் பிள்ளைகளுக்குமிடையேயான உறவுகளின் சித்தரிப்பையும் முன்வைத்து நமக்குத் தெரியவரும் உண்மைகளை இந்தக் கட்டுரையில் பேச எண்ணுகிறேன்.

## பெற்றோர்களும் பிள்ளைகளும் – உறவின் பல்வேறு பரிமாணங்கள்

அசோகமித்திரனின் புனைவுலகம் கணக்கற்ற மனிதர் களாலும் அவர்களுடைய வாழ்க்கையில் நிகழக்கூடிய சம்பவங்களாலும் ஆனது. இவ்வுலகில் 'பெற்றோரும் பிள்ளைகளும்' என்ற திரியைத் தேர்ந்தெடுத்தது ஏனென்று சிலர் நினைக்கலாம். குடும்ப அமைப்பு என்பது இடம், குழுவுக் கேற்ப வேறுபடக்கூடியது என்றாலும் உலகெங்கும் வாழும் மனிதகுலத்துக்கே பொதுவான அம்சம். இதற்கென்று சில இயல்புகள் நிறுவப்பட்டுள்ளன. ஒரு மனிதப் பிறவி சமூக அதிகாரத்துக்குப் பழக்கப்படுவதே குடும்பச் சூழ்நிலையில்தான். குடும்பத்தில் தந்தை அதிகாரத்தின் பிரதிநிதியாக இருந்து தன் பிள்ளையான மனித உயிரிக்கு இயல்பாக இருக்கக்கூடிய கட்டற்ற இச்சையை மட்டுப்படுத்தி நாகரிக உலகுக்குப் பொருத்தமான நபராக மாற்றுகிறார். 'அன்னையும் பிதாவும் முன்னறி தெய்வம்' என்னும் முதுமொழி இந்த அதிகாரத்தைத்தான் வலியுறுத்துகிறது. அதே சமயம், தன் பிள்ளை சுயமாகப் பிழைப்பதற்கான திறனை வளர்த்துக்கொள்ளும்வரை அவனுக்கு வாழ்க்கையின் அடிப்படையான தேவைகளையும் உலகில் முன்னேறுவதற்கான ஆயத்தங்களான கல்வி, தொழிற்பயிற்சி போன்ற தேவைகளையும் தந்தையே தன்னாலியன்றவரை நிறைவேற்றுகிறார். இதனால்தான் மரபார்ந்த சமூகத்தில் பெற்றோரற்ற அனாதைகள் அனுதாபத்துக்குரியவர்களாகக் கருதப்படுகின்றனர். 'அருமையாகவே பெற்று ஓர்மையுடன்

வளர்த்த தந்தையும் தாயும் இருந்தால் இவ்வுலகத்தில் உமக்கிந்தத் தாழ்வெல்லாம் வருமோ ஐயா?' என்கிறதொரு பாடல்.

உடைமைச் சமூகத்தில் தந்தைக்கு இருக்கக்கூடிய பொருண்மை வளங்களும் சமூக அந்தஸ்தும் மகனுக்குரியதாகக் கையளிக்கப்படுகின்றன. ஒரு சமூகத்துக்குரிய பண்பாட்டுக் கருவூலத்தையும் வாழ்க்கையில் கடைபிடிக்கவேண்டிய நியதி களாகக் கருதப்படும் நம்பிக்கைகளின் தொகுப்பையும் அடுத்த தலைமுறைக்கு அளிப்பது பெற்றோர்கள் மூலமாகவே நடக்கிறது. எதற்கும் மேலாக, மன ஆரோக்கியத்துடன் வாழ்க்கையைத் தொடங்கும் நபராக ஒரு மனிதப் பிறவி பரிணமிக்கத் தேவையான அன்பும் ஆதரவும் கிடைக்கப்பெறும் முதன்மையான இடம் குடும்பமேயாகும்.

இறுதியாக, எங்குமே தந்தைக்கும் மகனுக்கும் இயல்பாகவே முரண்பாடுகள் எழுவதைப் பார்க்கலாம். மேற்கத்தியச் சிந்தனை மரபு இது தொடர்பாக ஈடிபஸ் தொன்மத்தை அடிப்படையாகக் கொள்கிறது. நம் புராணங்களோ நிபந்தனையற்ற கீழ்ப்படிதலையே வலியுறுத்துகின்றன. 'தந்தை சொல் மிக்க மந்திரமில்லை' என்பதும் வழக்கு. தன் தந்தையின் இளமையை நீட்டிக்க, யயாதி தன் இளமையைப் பலி கொடுக்கிறான். தன் தந்தை மாற்றாந்தாய்க்குக் கொடுத்த வாக்கை நிறைவேற்ற இராமன் காட்டுக்குப் போகிறான். ஒரு நிலவுடைமைச் சமூகத்தில் இந்தக் கேள்வியற்ற கீழ்ப்படிதல் ஓர் ஆதார நியதியாகத் தொடர்ந்து வந்தது. இனக்குழுக்களுக்குள்ளும் அவற்றிற்கிடையேயும் நிலவிய அதிகாரப் படிநிலை உறவுகளைப் பேணி வருவதற்கு இவ்வகை குடும்ப நியதிகள் பெருமளவில் உதவின.

இந்த நியதிகளில் பரவலான மாற்றமானது நவீனத்துவத்தின் அறிமுகத்தையொட்டி நிகழ்ந்தது. நவீனத்தின் அடிப்படைக் கோட்பாடான தனி நபரின் செயலாண்மை (agency) குடும்பத் தளத்தில் அதிகாரக் கட்டமைப்பை உலுக்கியது. சமூகத்தில் பல பிறழ்வுகளையும் சிதைவுகளையும் உண்டாக்கியது. இவற்றைத்தான் நாம் அசோகமித்திரனின் புனைவுலகில் சந்திக்கிறோம்.

## கதை மாந்தர்களின் பின்புலம்

அசோகமித்திரன் தன் வாழ்க்கையை வேளாண்மைச் சமூகத்திலிருந்து புலம்பெயர்ந்து நகர்ப்புறத்தில் உத்தியோகம் பார்த்துப் பிழைக்கும் ஒரு பிராமணக் குடும்பத்தில்தான் தொடங்கினார். தன் இருபத்தோராவது வயதில் சென்னைக்கு வந்து குடியேறிய பிறகும் இப்படிப்பட்ட குடும்பங்களுக்கு மத்தியிலேயே தன் வாழ்க்கையை நடத்தினார். அவர்



எ ன். கல்யாணராமன்

வாழ்க்கையில் எதிர்கொண்ட மனிதர்களும் நிகழ்வுகளுமே அவர் படைப்புகளிலும் இடம்பெற்றன.

ஐம்பதுகளில் சென்னையில் குடியிருந்த பிராமணச் சமூகத்தைச் சேர்ந்த ஆண்களில் கணிசமானவர்கள் பலவிதமான குழப்பங்களுக்கு ஆளாகியிருந்தனர். உழைப்பு தேவைப்படாத உடைமைச் சமூகத்தையும் அதன் சிறப்புரிமைகளையும் மட்டுமே அனுபவித்திருந்த அவர்களுக்கு ஓர் அலுவலகத்துக்குப் போய் உத்தியோகம் பார்க்கும் மனக்கட்டுப்பாடு இலேசில் வரவில்லை. பலரும் வேறு வழியில்லாமல் ஒழுங்கற்ற வாழ்க்கை முறையைப் பின்பற்றினார்கள். நிரந்தரமான வேலையின்றி, தங்களுக்கேற்ற உதிரித் தொழில்களைச் செய்யத் தொடங்கினார்கள். உழைக்காமல் பொருளீட்ட ரேசுக்குப் போனார்கள்; சீட்டாடினார்கள். நவீனத்துக்குள் அதன் விதிமுறைகளுக்குக் கீழ்ப்பட்டுத்தான் நுழைய முடியும். வேறெங்கோ வளர்க்கப்பட்டு அந்த எச்சத்தை ஏந்திக்கொண்டிருந்தவர்களை நவீன உலகம் பொறுப்பற்றவர்கள் என்று புறக்கணித்துக் கீழே தள்ளியது.

ஒழுங்காக வேலைக்குப் போகக் கற்றுக்கொண்டவர்களுக்கோ வேறுவிதமான பிரச்சினைகள் எழுந்தன. கூட்டுக் குடும்பத்தின் அரவணைப்பு தந்த பாதுகாப்பை அனுபவித்தவர்களுக்கு நகரத்தில் தன்னந்தனியாகக் குடித்தனம் நடத்தும் பொறுப்பை ஏற்கவேண்டும் என்பது தாங்கமுடியாத சுமையாக இருந்தது. எனவே, அடிப்படையான இயலாமை உணர்வு இவ்வகை ஆண்களைப் பிடித்து ஆட்டிக்கொண்டிருந்தது. இந்த இயலாமையை எதிர்த்துப் போராடும் இயல்பு அவர்களிடம் இல்லாதது வியப்புக்குரியதல்ல. தினந்தோறும் வேலைக்குப் போய்ப் பொருளீட்டும் இயந்திர வாழ்க்கைக்கப்பால் இவர்கள் எவ்விதமான முன்னெடுப்பும் இன்றி உயிர்ப்பற்று வாழ்ந்தனர். தாங்கள் விட்டுவந்த கிராமத்தில் நிலபுலன்களை உடைமையாகக் கொண்டிருந்தவர்கள் இன்னும் தெம்புடன் நவீன யுகத்தில் பிரவேசித்திருக்க முடியும். ஆனால் பெரும்பாலானவர்களுக்கு இந்தக் குழப்பமும் பிறழ்வும் இயலாமையும் தவிர்க்கமுடியாதவையாக இருந்தன.

கூட்டுக் குடும்பத்தில் ஓர் ஆணின் பொறுப்பின்மையால் அவனுடைய பிள்ளைகளுக்கு ஏற்படும் இழப்புகள் குடும்பத்தின் பொதுச் சொத்தான வளங்களாலும் மற்ற உறுப்பினர்களாலும் ஈடு செய்யப்பட்டன. நகர்ப்புறத்திலோ அந்த வாய்ப்பே கிடைக்காமல் பல இளைஞர்கள் தங்கள் சாத்தியங்களை இழந்தனர். இது ஒருவிதத்தில் அவர்களைத் தனிநபர்ச் செயற்பாட்டை மையப்படுத்திய நவீனத்துக்குத் தள்ளியது என்றாலும் இந்த நிலைமை சமனடைய இன்னொரு

தலைமுறைக்கால இடைவெளி தேவையாக இருந்தது. ஆண்பிள்ளைகளுக்குத் தந்தையின் இருப்பு இன்றியமையாத தேவை. உலகையும் வாழ்க்கையையும் எதிர்கொள்ளும் தெம்பை அவர்கள் தந்தையின் முன்மாதிரியிலிருந்தே பெறுகிறார்கள். தந்தை வழிதவறிப் போகும்போது ஆண்பிள்ளைகளின் இயல்பான மனவளர்ச்சி சிதைந்துபோகும் அபாயம் உண்டு. ஐம்பதுகளிலும் அறுபதுகளிலும் அசோகமித்திரன் எழுதிய கதைகளில் இந்தப் பரிமாணங்கள் அடிநாதமாக இருப்பதைக் காணலாம்.

## பொறுப்பின்மை / இயலாமை

"மணல்" என்னும் அவருடைய புகழ்பெற்ற குறுநாவலை எடுத்துக்கொள்வோம். இங்கே சரோஜினி குடும்பத்தின் கடைக்குட்டி; இரண்டு அண்ணா, இரண்டு அக்காவுடன் பிறந்தவள். புகுமுக வகுப்பை முடிக்கும் தறுவாயிலிருக்கும் சரோஜினி அம்மாவின் எதிர்பாராத மரணத்துக்குப்பின் தனித்துவிடப்படுகிறாள். அவளுடைய இரண்டு அக்காக்களும் பெறுவதற்குத்தான் பிறந்தவீடு, பங்களிப்பதற்கல்ல எனும் உடைமைச் சமூக விதியை நன்றாகவே பேணுகிறார்கள். அவளுடைய மூத்த அண்ணா மணி குடும்பப் பொறுப்பிலிருந்து தப்புவதற்காகத் திருமணமே செய்துகொள்ளாமல் காலம் தாழ்த்துகிறான். இரண்டாமவன் அப்புவோ வேற்று சாதிப் பெண்ணைத் திருமணம் செய்துகொண்டு குடும்பத்தை விட்டே வெளியேறுகிறான். சுயநலனுக்கே முன்னுரிமை கொடுத்து இயங்கும் அப்பு நவீன யுகத்தின் முழுப் பிரஜையாகப் பரிணமிக்கிறான்; ஆனால் இரண்டுங்கெட்டான் நிலையில் சிக்கித் தவிக்கும் அவனுடைய குடும்பத்திலிருந்து முற்றாக வெளியேறிய பின்னரே இது சாத்தியமாகிறது.

நடைப்பிணம் போன்று இயலாமையில் உழலும் சரோஜினி யின் அப்பாவுக்குச் சடங்குகளும் சாதிக் கட்டுப்பாடுகளும் முக்கியமாக இருக்கும் அதே வேளையில், வாழ்க்கையைத் தொடங்கும் நிலையில் இருக்கும் தன் சின்னஞ்சிறு மகளின் ஆசைகளும் அபிலாட்சைகளும் ஒரு பொருட்டாக இருப்பதில்லை. அப்பாவுக்கும் பிள்ளைக்கும் அவள் 'வீட்டோடு இருந்து வேளாவேளைக்குச் சமைச்சுப் போட்டுக்கொண்டிருப்பது' தேவையாக இருக்கிறது.

உலகச் சுழற்சியில் எதுவும் ஒரே இடத்தில் நிலைத்திருப்ப தில்லை. கடைத்தெருவில் தன் வகுப்புத்தோழி ரேணுகாவைச் சந்திக்கிறாள். அவளுடைய வகுப்புத் தோழிகள் பெரும்பாலும் கல்லூரிப் படிப்பைத் தொடர்ந்துகொண்டிருப்பதும் தான்

தனியே விடப்பட்டதும் கண்கூடாகத் தெரிகிறது. பொறுப்பற்ற இரண்டு ஆண்களின் சுயநலத்திற்குப் பிணையாகத் தான் சிக்கிக்கொண்டிருப்பதை உணர்கிறாள். அப்போதுதான் அந்த ஃபோட்டோகிராபர், 'ஆறு மணிக்கு சுந்தரம் பார்க்காண்ட நின்னிட்டிருப்பேன்' என்று சொல்லிவிட்டுப் போகிறான்.

மறுநாள் காலை 'சரோஜினிக்கு அப்பா, மணி இருவரும் கை கால்களை அசைக்கக்கூடிய உயிரற்ற பொம்மைகள் மாதிரி தோன்றிற்று. இவர்களால் யாருக்குத்தான் என்னதான் செய்ய முடியும் ?'

இந்த நீண்ட கதையை அசோகமித்திரன் வாழ்க்கையின் இயல்பான நிகழ்வுகளின் தொகுப்பாகத்தான் சொல்லிச் செல்கிறார், இருந்தாலும் அன்று மாலை சரோஜினி தன்னையும் மீறி சுந்தரம் பார்க்கை நோக்கிச் செல்வதைத் தெரிவிக்கும் கடைசி பத்தி உண்மையில் இதயத்தைப் பிளப்பதாய் இருக்கிறது. இந்தக் கதையை சரோஜினி என்ற ஒற்றை மனுஷியின் சோகக்கதையாக வாசிக்கமுடியும். பிரதியின் பல தளங்களிலும் ஒருசேரக் கவனம் செலுத்தினால், அவளை வரலாற்றியக்கத்தின் ஒருங்கமைந்த சிதைவாகவும் பார்க்கலாம்.

"கணவன், மகள், மகன்" சிறுகதையிலும் மூன்று குழந்தை களுக்குத் தகப்பனாகியிருக்கும் ஒரு குடும்பஸ்தர் தன் இரண்டாவது மகளின் திருமண தினத்துக்கு முதல்நாள் காணாமல் போகிறார். அவர் அதே ஊரில் இன்னொரு பெண்ணுடன் குடித்தனம் நடத்தியிருக்கிறார் என்பது தெரியவருகிறது. அதனால் பெண்ணுடைய திருமணம் நின்றுபோகிறது; பையனின் படிப்பும். தந்தை இழைத்த துரோகத்தினால் இரு பிள்ளைகளும் தாய்மீதான நம்பிக்கையை முற்றிலும் இழக்கிறார்கள். பெண், தான் திருமணம் செய்துகொள்ளப்போகும் திட்டத்தைத் தாயிடம் மட்டும் மறைக்கிறாள். பையனோ அப்பாவின் புறக்கணிப்புக்காகத் தன்னையே தண்டித்துக்கொள்வது போல் குடித்துச் சீரழிகிறான். தாயைப் பற்றி யாருக்கும் கவலை இல்லை. அவளோ தன்னைப் பராமரிப்பவர்களுக்கு விசுவாசமாக இருக்க மட்டுமே தெரிந்த மனுஷி. அது தவிர அவளுக்கென்று தனிப்பட்ட செயல்பாடு ஏதுமில்லை. 'குடிக்காதேடா! குடிக்காதேயெண்டா!' எனக் கத்தவேண்டும் என்று மங்களத்துக்கு இருந்தது. ஆனால், ஆயுட்காலப் பழக்கதோஷம் ஒரு சொல் உச்சரிக்க முடியவில்லை. மகனை ஏறிட்டுப் பார்க்க முடியாதிருந்து அவன் தூங்கும்போதுதான் நேராக முழுதாகப் பார்க்க முடிகிறது. 'புருஷனிடம் இப்படி இருந்தாயிற்று, மகனிடமுமா என்று அவளுக்குத் துக்கம் பொங்கிக்

கொண்டு வந்தது. அழுத்தான் முடியவில்லை.' தன் சுயத்தை ஒடுக்கிக்கொண்டு பிறர் மீதான நம்பிக்கையின் அடிப்படையில் மட்டுமே வாழ்வை அமைத்துக்கொள்வதின் அபத்தத்தை, பெருந்துயரை, ஒரு நான்கைந்து பக்கங்களில் அசோகமித்திரனால் சொல்லிவிட முடிகிறது. ஒரு குடும்பத்திற்குள் நிகழ்ந்திருக்கும் பேரிடரின் விளைவை, பெற்றோர் – பிள்ளைகள் உறவை அது என்றென்றைக்குமாக மாற்றியமைப்பதைத் துல்லியமாக வாசகருக்குத் தெரிவிக்கமுடிகிறது.

தன் பெண்ணைப் பாதுகாத்து ஆதரவளிக்க இயலாத அம்மாக்கள் அசோகமித்திரனின் கதைகளில் அடிக்கடித் தோன்றுகிறார்கள். "மாலதி" குறுநாவலில் அம்மா கல்யாணமாகாத தன் பெண்ணின் ஊதியத்தில் உயிர் பிழைத்து மாலதிக்குக் கல்யாணம் ஆகவேண்டும் என்ற உணர்வே இல்லாமல் வாழ்ந்து வருகிறாள். ஆனால், மற்றவர்களின் ஒழுக்கத்தைப் பற்றியும் சாதியைப் பற்றியும் வம்பு பேசுவதில் ஆர்வமாக இருக்கிறாள். ஊரெல்லாம் கடனை வைத்துவிட்டுக் கணவன் இறந்தபின், அவள் தன்னை விக்டிம் இடத்தில் வைத்துப் பார்க்கிறாள், ஆனால் தன்னையும் விட மோசமாகத் தன் பெண் பலியாக்கப்படுகிறாள் என்பதை அவளால் உணரமுடியவில்லை. இப்படிப்பட்ட பொறுப்புணர்வும் செயல்பாடும் அவளுடைய தலைமுறையைச் சேர்ந்த பெண்களிடம் எதிர்பார்க்கக்கூடியதல்ல. மரபான சமூக அமைப்பு அவர்களை அத்திசையில் வளரவிடவில்லை.

தன் பெண் இந்திராவின் வீணை கற்றுக்கொள்ளும் ஆசை நியாயமே இல்லாத முறையில் புறக்கணிக்கப்படுவதைத் தாங்கமுடியாத இந்திராவின் அம்மா இரவு படுக்கும்போது ஓசைப்படாமல் அழுகிறாள். ("இந்திராவுக்கு வீணை கற்றுக் கொள்ளவேண்டும்") இந்த இயலாமையும் அமைப்பின் வழி உருவாக்கப்பட்டதுதான்.

"மானசரோவர்" நாவலில் நகரத்தில் முதல் தலைமுறையாகக் குடியேறியிருக்கும் கோபாலசாமி தன் குழந்தைகளை வளர்த்த விதத்தைப் பற்றிய குற்ற உணர்வால் மறுகுகிறான். அனாதை இல்லத்திலிருந்து ஓடிவந்த அகதிகளைப்போல் என் குழந்தைகள் வளர்ந்தன என்று தன்னையே சாடிக்கொள்கிறான். "பாவம் டல்பதடோ" குறுநாவலின் நாயகன் விமானவிபத்தில் இறந்து போன தன் மகள் லலிதாவை அவள் உயிருடன் இருந்தபோது சரியாகப் பார்க்கக்கூட இல்லையே என்று அரற்றுகிறான். பெற்றோர் – பிள்ளை உறவின் நியாயங்கள், நம்பிக்கைகள், எதிர்பார்ப்புகள் இவற்றைப் பற்றிய துல்லியமான பார்வையுடன் மீண்டும் மீண்டும் இந்த உறவுகள் பிறழ்ந்து துயரத்தைப்

  என். கல்யாணராமன்

பெருக்குவதைப் பற்றி அசோகமித்திரன் ஆழமாகவும் தெளிவாக வும் எழுதியிருக்கிறார்.

இருந்தாலும், இப்பிறழ்வுகள் சமூகத்தின் எல்லா மட்டத்திலும் ஒரே மாதிரியான விளைவை ஏற்படுத்துவதில்லை. தையற்காரச் சிறுவன் நரசிம்மா தன் தாயை விட்டுப் பிரிந்துபோய் இன்னொரு பெண்ணுடன் வாழும், தற்போது செயலிழந்து போயிருக்கும், தந்தைக்குத் தன் சம்பாத்தியத்தில் கணிசமான பகுதியைக் கத்தரி பிராண்ட் சிகரெட் வாங்கிக்கொடுப்பதில் செலவழிக்கிறான் ("தந்தைக்காக").

'எனக்கு இந்த வழியே பிடிக்கவில்லை' என்று பாபு சொன்னான்.

'எனக்கும்தான்!' என்று நரசிம்மா சொன்னான். 'ஆனால் எங்கப்பா இங்கேதானே இருக்கிறார்? அவருக்கு சிகரெட் நான் வாங்கித்தராவிட்டால் வேறு யார் வாங்கித் தரப்போகிறார்கள்? அம்மாவுக்குத் தையல் வேலையாவது தெரியும். இந்த இன்னொரு அம்மாவுக்கு ஒழுங்காகச் சமைக்கக்கூடத் தெரியாது.'

நரசிம்மாவுக்குத் தன் தந்தையுடன் உணர்வுப்பூர்வமான அணுக்கம் ஏன் நிகழ்கிறது என்பது சிந்தனையைத் தூண்டக்கூடிய கேள்வி.

## முரண்பாடு

அசோகமித்திரன் அதிகாரமுடைய ஆளுமைகளை மையப்படுத்தி அதிகம் எழுதியதில்லை. இதுவும் அவருடைய புனைவுலகில் குறிப்பிடத்தக்க அம்சம். விதிவிலக்காக, 'கரைந்த நிழல்கள்' நாவலில் ஒரு பாத்திரமான ஸ்டுடியோ அதிபர் ராம ஐயங்கார். நாவலின் ஓர் அத்தியாயத்தில் ராம ஐயங்கார் ஊருக்கு ஒதுக்குப்புறத்தில் இருக்கும் தன் பங்களாவில் தன்னிடமிருந்து அன்னியப்பட்டுப் போயிருக்கும் தன் மகனைச் சந்திக்கச் செல்கிறார். தன் உடல்நிலை சீர்கெட்டுக்கொண்டிருக்கிறது என்பது அவருக்குத் தெரிந்துவிடுகிறது. அவருடைய மகன் எந்தப் பணியிலும் ஆர்வம் காட்டாமல் அவரிடம் தன் எதிர்ப்பைக் காட்டக் குறிக்கோளற்ற வாழ்முறையைத் தேர்ந்தெடுத்திருக்கிறான். அவரிருக்கும் நிலையில் அந்த எதிர்ப்பையும் மீறி அவன் மீண்டு வரவேண்டும் என்று அவர் விரும்புகிறார். அவனோ அவருடைய வாழ்முறையையும் குறிக்கோள்களையும் துச்சமாக மதித்தாலும் அவருடைய செல்வச் சூழலில்தான் சிறைப்பட்டிருக்கிறான். இதுவே அவனுடைய செயலூக்கமில்லாத சீரழிவுக்குக் காரணம். இந்தச் செல்வத்தைப் பாதுகாக்க முயல்வதுதான் அவன் மீண்டும் பயனுள்ள வாழ்க்கைக்குத் திரும்புவதற்கான ஒரே வழி என்று

அவர் நினைக்கிறார். தன் மகனிடம் அவர் கடுமையான அன்புடன் பேசுகிறார்:

'...நான் ஆள்களைச் சரிக்கட்டி வைத்தால் என்ன? இருவது கூத்தியார்களை வைத்துக்கொண்டால் என்ன? நான் துரும்பு பெற்றாலும் அதற்குரிய கட்டணம் கொடுத்துவிடுகிறேன். யாரையும் என்னிடம் ஏமாற்றம் அடைய விடுவதில்லை. அது எங்கள் தலைமுறை. அந்தத் தலைமுறையில் சிக்கெடுத்துப் போகும் புத்தி கிடையாது. பொறுப்புகளைக் கண்டு நாங்கள் ஓடிப் போனது கிடையாது. உன் புத்தி, உன்னைப் போன்றவர்களின் புத்திதான் விநோதமாக இருக்கிறது. அந்தப் புத்தி இன்றிருப்பதை எல்லாம் அப்படியே என்றைக்கும் இருக்கும் என்ற நிச்சயத்தில் உழல்கிறது'.

'...இப்போது உன்னிடமுள்ளதைப் பெருக்க முயற்சி செய்யா விட்டாலும் பாதுகாக்கப் பிரயத்தனம் எடுத்துக்கொள்ளா விட்டால் திடீரென்று ஒரு நாளைக்குக் கூரை இருக்காது. அந்த வேலி இருக்காது. உனக்கு நான்கு மைல் நடந்து போய் ரொட்டியும் டீத் தண்ணீரும் வாங்கிவர ஒரு வேலையாள் இருக்கமாட்டான். ...ஒவ்வொருவனுக்கும் ஒரு சாம்ராஜ்யம் பெரிதோ சிறிதோ இருக்கிறது. அவன் அதை விழிப்போடு கைவசம் வைத்துக்கொள்ளத் தவறும் ஒவ்வொரு கணத்திலும் அதன் மீது இருபது படையெடுப்புகள் நிகழ்கின்றன. நீ என்றாவது திவாலாகப் போனால் இதை நினைவு வைத்துக்கொள். நீ ஒரே நாளில் திவாலாகவில்லை.'

நடைமுறை வாழ்க்கையைப் பற்றிய இந்த எச்சரிக்கை ராம ஐயங்காரின் மகனுக்குத் தேவைப்படவில்லை. அவனுடைய ஒரே நோக்கம் தந்தை என்ற லட்சிய பிம்பத்திலிருந்து பிறழ்ந்திருக்கும் ராம ஐயங்காரைத் தண்டிப்பதுதான். அவரைத் தண்டிப்பதற்கு அவனிடமிருக்கும் ஒரே வழி தன்னையே அழித்துக்கொள்வது தான். தன் மகனை வழிநடத்தவும் இயலாது அவன் மீது அதிகாரத்தையும் செலுத்த இயலாது போய்விட்ட நிலையில் அவனைக் கைவிடுவதுதான் அவருக்கிருக்கும் ஒரே வழி. செல்வமும் அதிகாரமும் படைத்த அப்பாக்கள் இப்படிப்பட்ட விளைவை ஏற்படுத்துவதும் உலகமறிந்ததுதான். அசோகமித்திரன் அந்தச் சிக்கலைத் தான் நன்றாகவே அறிந்த சினிமா உலகில் வைத்துச் சித்தரிக்கிறார்.

## வரலாற்றுச் சுமை

பெற்றோர் பிள்ளைகள் உறவில் ஒரு முக்கியப் பரிமாணம் வரலாற்று நினைவுகள். வரலாற்றுடன் நம் அந்தரங்கமான



என். கல்யாணராமன்

தொடர்பு நம் பெற்றோர்களிடமிருந்தே தொடங்குகிறது. அவர்கள் மூலம்தான் நாம் உலகை மட்டுமன்றி நாம் கடந்து வந்த பாதையையும் அறிகிறோம். இதைத்தான் மகாகவி பாரதியார்,

எந்தையும் தாயும் மகிழ்ந்து குலாவி இருந்ததும் இந்நாடே
அவர் சிந்தையில் ஆயிரம் எண்ணம் வளர்ந்து சிறந்ததும் இந்நாடே

என்று பாடுகிறார். ஆனால் சுதந்திர இந்தியாவில் காலனிய வரலாறு பற்றிய அறிவும் உணர்வும் குறைவாகவே இருப்பதைப் பார்க்கலாம். இதற்குப் பல காரணங்கள் இருக்கலாம். ஆனால் அசோகமித்திரன் இதை ஒரு துன்பியல் நிகழ்வாகவே நினைப்பதாகத் தோன்றுகிறது.

"தொப்பி" சிறுகதையில் ஒரு மனிதன், தான் பிறந்து வளர்ந்த ஒரு நகரத்துக்குத் தற்செயலாக, தாற்காலிகமாகத் திரும்புகிறான். அவன் அந்த நகரத்தில் செலவழிக்கப்போவது ஒரு பகல் நேரம் மட்டுமே. அந்த நகரத்துக் கட்டிடங்களையும் முகங்களையும் அவன் முற்றாக மறந்துவிட்டான். இந்த இருபத்தி இரண்டு ஆண்டுகளில் அவன் இந்த ஊரைப் பற்றியும் அங்கு அவனுக்கு அறிமுகமான மனிதர்களைப் பற்றியும் நினைத்துக்கூடப் பார்க்கவில்லை. எனினும் நினைவுகள் மங்கலாக அவனுக்குள் எழுகின்றன: "அந்த ஊரில் அவன் நிழல்படாத இடம் இருக்க முடியாது. அவனும் அவன் அப்பாவுமாக வெளியே போகும்போதெல்லாம் அப்பா எதையாவது சுட்டிக்காட்டி, 'இது நீ பிறந்த ஆஸ்பத்திரி', 'இது நீ பிறந்தபோது நாம் குடியிருந்த வீடு', 'உனக்கு இரண்டு வயதில் கட்டி விழுந்தபோது நாம் இங்கேதான் இருந்தோம்' என்று கூறியிருக்கிறார். அவன் பிறந்த ஆஸ்பத்திரியில் வெயில் இருந்தால் அவன் நிழல் அவன் பிறந்தவுடனேயே விழுந்திருக்கும். பிரசவ அறைகளில் வெயில் இருப்பதில்லை. வெளிச்சம் கூடக் குறைவாகத்தான் இருக்கும். வெளிச்சம் இருந்தால்தான் ஒருவனுக்கு நிழல் விழுமா? இப்போது இவ்வளவு வெளிச்சம் இருந்தும் எனக்கு நிழல் இல்லையே."

அந்த நகரத்தின் தெருக்களில் கால்போன போக்கில் சுற்றுகிறான். குறிக்கோளற்றுத் திரிந்தாலும் ஏதோ ஒன்று அவனை ஒரு திசையில் இழுத்துப்போகிறது. அத்திசையில்தான் அவன் மாண்ட்காமரி ஹோட்டல் இருக்கிறது. இருபத்திரண்டு ஆண்டுகளுக்குமுன் அந்த ஹோட்டலில் வெள்ளையர் மற்றும் ஆங்கிலோ இந்தியப் பெண்கள் தவிர வேறு எவருக்கும் அனுமதி கிடையாது. அந்த ஹோட்டலுக்கு வெளியே தன் அப்பாவுடன் அவன் நடந்து சென்றுகொண்டிருந்தபோது நிகழ்ந்த ஒரு சம்பவம் அவன் நினைவுக்கு வருகிறது. உண்மையில் அந்தச் சம்பவம்தான் அவனை மாண்ட்காமரி ஹோட்டல் பக்கம்

இழுத்து வந்திருக்கிறது. அந்தச் சம்பவத்தை அசோகமித்திரனின் வரிகளில் பார்ப்போம்.

'இரு சோல்ஜர்கள் உள்ளேயிருந்து சாலைக்கு வந்தார்கள். ... அவர்கள் நேரே அவன் அப்பாவைப் பார்த்து வந்தார்கள். அப்பா அவன் கையைப் பிடித்துக்கொண்டு இன்னமும் ஒதுங்கிப் போனார். ஸோல்ஜர்கள் இருவரும் இரு மனிதக் குன்றுகள் போலப் பக்கத்தில் வந்து நின்றார்கள். அவன் அப்பா என்ன செய்வது என்று தெரியாதவராய் அப்படியே நின்றார். ஸோல்ஜர்களில் ஒருவன் அப்பாவின் தொப்பியைத் தட்டிவிட்டான். அது சாலையின் நடுவில் விழுந்து சிறிது உருண்டு ஓடிற்று. அப்பா அதை எடுக்கப் போனார். அப்போது இன்னொரு ஸோல்ஜர் பாய்ந்து போய் அதை உதைத்தான். அது பந்தாகக் கிளம்பி வேறோர் இடத்தில் இறங்கியது. இம்முறை அப்பா விரையவில்லை. முதல் ஸோல்ஜர் ஓடிப்போய்த் தொப்பி விழுந்த இடத்தை அடைந்தான். அவனும் ஒரு உதை விட்டான். அவனும் இன்னொரு ஸோல்ஜருமாகச் சில நிமிஷங்களுக்கு நடுச்சாலையில் அப்பாவின் தொப்பியை ஒரு ஃபுட்பால் மாதிரி விளையாடினார்கள். ...சில நிமிடங்களுக்குப் பிறகு ஸோல்ஜர் களுக்கு ஆட்டம் அலுத்துப் போய்விட்டது. அப்பாவின் தொப்பியை மாறிமாறி நசுக்கித் துவைத்து உருத்தெரியாமல் அடித்தபின் சீட்டியடித்துக்கொண்டு போய்விட்டார்கள். அப்பா தன் தொப்பியாக இருந்ததைப் பொறுக்கி எடுத்தபோது...'

தன் தந்தைக்கு நேர்ந்த அவமானம் பற்றிய நினைவு அவன் மனதில் துல்லியமாக எழுகிறது. 'எவ்வளவு சுத்தமாக, எவ்வளவு பூர்ணமாக மறதி போர்த்திக் கொண்டிருக்கிறது! அதைப் போய்க் கலைத்து விட்டேனே!' அவன் மட்டுமல்ல அவனைச் சுற்றியுள்ள அனைவருமே மறந்துவிட்டார்கள்; அவனுடைய நாடே மறந்துவிட்டது. அந்த நினைவிலிருந்து எழும் சினத்தை அவன் தன்மீதே திருப்புகிறான். அந்த இருண்ட காலத்திலிருந்து எழும் இசை இன்னும் அவன் அமைதியைக் குலைத்துத் தூங்கவிடாமல் செய்துகொண்டிருக்கிறது. அவனுடைய பெற்றோர் காலத்தில் நாடு அடைந்த அவமானத்தின் சின்னமாகத் தொப்பி இருந்து கொண்டிருக்கிறது. ஒரு முக்கியமான வரலாற்று அவலத்தை உருவகப்படுத்தும் அசோகமித்திரனின் திறன் பிரமிக்க வைக்கிறது.

## எதிர்காலம்

பெற்றோர்கள் மட்டுமே குழந்தைகளை உருவாக்குவதில்லை. குடும்பத்துக்கு வெளியே உலகம் அடைந்துள்ள மாற்றங்களும் குடும்பத்தின் மற்ற உறுப்பினர்கள்மீது இவை கொள்ளும் தாக்கமும்

 என். கல்யாணராமன்

பெற்றோர்களையும் மீறி ஒரு சிறுவனை மாற்றியிருப்பதைத்தான் "குழந்தைகள்" சிறுகதையில் சொல்லியிருக்கிறார். வியாபாரத்தில் நாட்டமுள்ள ஒரு மார்வாரி குடும்பத்தில் வாழ்க்கைப் பட்டிருக்கும் பெண், பள்ளிச் சிறுவனான தன் பையனுடன் பிள்ளை பெறுவதற்காகத் தன் பெற்றோர் வீட்டுக்கு ரயிலில் பயணப்படுகிறாள். கால் சற்றே ஊனமான அந்தப் பெண் கொடுத்த சீதனத்தை வைத்து அவளுடைய கணவனின் குடும்பம் வியாபாரம் செய்து செழிப்பதையும், அந்தக் குடும்பத்தின் மூன்று ஆண்பிள்ளைகளிடையே அவள் கணவன் மட்டுமே பொறுப்பும் நிதானமும் பொருந்தியவனாக இருப்பதையும் அவனுடைய இரண்டு இளைய சகோதரர்களும் அவருடைய மனைவிகளும் உல்லாசப் பிரியர்களாக, சுயநலம் மிக்கவர்களாகத் திரிவதையும் கதைப்போக்கில் அந்தப் பெண் நினைத்துக்கொள்கிறாள்.

ஆனால் அவளுடைய மகன், தன்ராஜ் அம்மாவிடம் இங்கிதமே இல்லாமல் நடந்துகொள்கிறான். உணவுக்குக் காத்திராமல் 'இப்பவே வேணும்' என்கிறான். தன்னையொத்த ஏழைச் சிறுவனுக்கு அம்மா சொற்படி ரொட்டி கொடுப்பதுகூட அவனுக்கு விருப்பமில்லை. 'பிச்சைக்காரன்' என்று இழித்துப் பேசுகிறான். இறுதியாக, அம்மாவிடம் சதுரங்க விளையாட்டில் தோற்றுப்போவதை அவனால் பொறுத்துக்கொள்ள முடிவதில்லை. திடீரென்று எல்லாவற்றையும் கீழே தள்ளிவிட்டு அவள் துடையில் ஓங்கிக் குத்துகிறான்.

'வந்தனா செஸ் காய்களைப் பொறுக்கி மூடிவைத்தாள். மகன் அடித்த அடியைவிட அவன் கண்ணில் தெரிந்த வெறி அவளைப் பயமுறுத்தியது. அவளுக்குப் பிறக்கப்போகும் குழந்தை பற்றி ஒருகணம் நினைத்தாள். எல்லாப் பெண்களுக்கும் இனி பிறக்கப்போகும் குழந்தைகளைப் பற்றியும் நினைத்தாள்.'

இளைஞர்களின் கையில்தான் உலகத்தின் எதிர்காலம் இருக்கிறது என்று கூறப்படுகிறது. ஏனெனில் இந்த உலகத்தைப் புதிதாகப் படைக்கும் ஆற்றல் இந்தப் புதிய பிறவிகளுக்கு இருப்பதாக ஒரு நம்பிக்கை. ஆனால், இவ்வுலகம் இழுத்துச் செல்லும் திசையில்தான் இவர்களும் இவர்களுடைய எதிர்காலமும் உருவாக்கப்படும் என்பதுதான் "குழந்தைகள்" சிறுகதை நமக்கு உணர்த்தும் உண்மை.

## மற்ற எழுத்தாளர்களின் படைப்புகள்

இதுவரை பேசப்பட்ட பெற்றோர்களும் பிள்ளைகளும் – சில விதிவிலக்குகள் நீங்கலாக – சமுகத்தில் நடுத்தர வகுப்பினர் என்று அழைக்கப்படும் பிரிவைச் சேர்ந்தவர்கள். எல்லாச் சமூகப்

பிரிவுகளும் அவர்களுடைய பொருளாதார நிலைக்கேற்ப, பண்பாட்டுக்கேற்ப, பெற்றோர் – பிள்ளை உறவுகளைப் பேணி வருகின்றனர். இந்த உறவுகளைப் பற்றியும் சில சிறந்த படைப்புகள் எழுதப்பட்டுள்ளன. பூமணியின் "வெக்கை"யில் தன் குடும்பத்தைப் பலவழிகளில் துன்புறுத்தி அவமானப்படுத்தியவனை வெட்டி விட்டுத் தப்பியோடிய பதினாலு வயது மகனுக்குத் துணையாய் அவனுடன் காடுமலையெல்லாம் பதுங்கிவாழும் தந்தையைக் காணலாம். காலம்காலமாகத் தன் குடும்பத்துக்கு ஒரே வாழ்வாதாரமாக இருந்த நிலத்தைக் காலனி கட்டுவதற்காக அரசுக்கு விற்றுவிட்டு நிலைகொள்ளாமல் தடுமாறும் தந்தையைப் பெருமாள்முருகனின் "ஏறுவெயில்" புதினத்தில் சந்திக்கலாம். ஏதொவொரு துன்பியல் நிகழ்வைப் போன்று பெற்றோர்களிட மிருந்து சிறுவயதில் அன்னியப்பட்டுத் தந்தையுடன் அவர் இறக்கும்வரை ஒரு சொல்கூடப் பேசாமல் இருக்கும் தனயனை ராஜ்கௌதமனின் "சிலுவைராஜ் சரித்திரம்" எனும் நூலில் காணலாம். தன் இறுதிப் படுக்கையில், புலன்கள் மங்கிவிட்ட வேளையில் தன் சினங்களையும் நிராசைகளையும் எண்ணி மறுகும் கிழத் தந்தையை ஜெயமோகனின் "ரப்பர்" நாவலில் காணலாம். நம் சமூகத்தில் பெற்றோர் – பிள்ளை உறவுகள் சமூக மாற்றங்களால் சிதைக்கப்படுவதையும் வரப்போகும் மாற்றங்களுக்கு முன் அறிகுறியாக இருப்பதையும் நாம் தற்காலத் தமிழிலக்கியம் மூலமாகவே உணர்ந்தறிய முடியும்.

'நாமெல்லோருமே குணமடைந்துவரும் சிறுவர்கள்தான்' என்று ஒரு சந்தர்ப்பத்தில் கூறினார் பிரிட்டிஷ் எழுத்தாளர் ஹனீஃப் குரேஷி. அவரவர் பார்வையில் இது உண்மையாகவே இருக்கும். மாறிவரும் உலகத்தில் அதனுடன் மாறிவரும் பெற்றோர் – பிள்ளை உறவுகளைப் பற்றிய அறிதலும் புரிதலும் இன்று நம்முடைய அத்தியாவசியத் தேவை. வாழ்நாள் முழுவதும் ஒருவருடைய சிந்தனையையும் செயலையும் பாதிக்கக்கூடிய விளைவுகள் இந்த உறவுகளிலிருந்து எழுகின்றன. *Tout comprendre, c'est tout pardoner*, அதாவது, அனைத்தையும் புரிந்துகொள்ளுதல் அனைத்தையும் மன்னித்துவிடுவதற்குச் சமம் என்பார்கள். எனவே, இலக்கியத்தின் துணையுடன் மனித வாழ்வின் அடிப்படையான இந்த உறவுகளைச் சீர்ப்படுத்த நாம் முற்படுவோம்.

இலக்கியம் என்பது எல்லையற்ற பெருவெளி. அது நம் சிந்தனையையும் அறிவையும் மேம்படுத்தும் சாத்தியங்கள் கொண்டது. எந்நேரத்திலும் எம்மொழியிலும் அது பலரின், பல தலைமுறையினரின் கூட்டு முயற்சிதான். அனைத்துச் சமூகத்திற்குமான கோட்பாடென்று ஏதோ ஒன்றை முன்வைத்து

   என். கல்யாணராமன்

அதுவே ஆகச் சிறந்தது என்று ஓர் அரசியல் இயக்கம் சாதிக்கலாம்; அது எழுத்தாளனால் இயலாத காரியம்; அவனுக்குத் தேவையற்றதும்கூட. சமூகத்தின் பல்வேறு இடங்களிலிருந்து உருவாகும் கதையாடல்களின் வழியாகத்தான் சமூகத்தைப் பற்றிய நம் அறிவு வளர்ச்சியடையும். எனவே, அசோகமித்திரனை வாசித்தலின் நோக்கம் முழுமையடைய, நாம் தமிழில் எழுதப்பட்டிருக்கும் மற்ற சிறந்த படைப்புகளையும் வாசித்துச் சமூக வாழ்வு பற்றிய ஒருங்கிணைந்த பார்வையை உருவாக்கிக் கொள்ள வேண்டும். இதுவே அவருடைய பங்களிப்புக்கு நாம் செய்யக்கூடிய மரியாதை என்று கூறி இக்கட்டுரையை நிறைவு செய்கிறேன்.

# அசோகமித்திரன் கதைகளில் சினிமா உலகம்

அம்ஷன் குமார்

அதுநாள்வரை சினிமா உலகத்தைப் பற்றி எழுதிய தமிழ் எழுத்தாளர்கள் அதைக் கவர்ச்சிக்குரியதாக, வாசகர்களைப் பொருந்தாத கற்பனைக்கெல்லாம் எடுத்துச் செல்லக்கூடிய ஒரு மாரீசக் களனாக மாற்றிவிட்டிருந்தார்கள்; அதே சமயம் அதைப் பழித்தலுக்கும் கேலிக்கும் வெறுப்பிற்குமுரிய ஓர் உலகமாகவும் அவர்களால் காட்ட முடிந்தது. பெரும்பாலும் பத்திரிகை எழுத்தாளர்கள்தான் இவ்விரண்டையும் ஒரு சேரச் செய்துகொண்டிருந்தார்கள். இலக்கிய எழுத்தாளர்கள் எப்பொழுதும் அதை நிந்தனைக்குரிய உலகமாக மட்டுமே பார்த்துக்கொண்டிருந்தார்கள். முதன்முறையாக, எங்கேயும் காணப்படுகிற அதே ஆசாபாசங்கள் கொண்ட மனிதர்கள்தாம் சினிமா உலகிலும் இருக்கிறார்கள் என்பதை யதார்த்தமாகக் காட்டியது 'கரைந்த நிழல்கள்' நாவல். அது *தீபம்* இதழில் தொடராக வெளிவந்தபொழுது அசோகமித்திரனுக்கு ஏராளமான பாராட்டுகள் கிடைத்தன. புரிந்துகொள்ள முடியவில்லை என்கிற கருத்துகளும் தெரிவிக்கப்பட்டன. எல்லோராலும் அறிந்து கொள்ளப்பட்டுள்ளதாக நம்பப்பட்ட ஓர் உலகத்தை முற்றிலும் வேறானதாகக் காட்டியதால்

அந்நாவல் உடனடியாகப் புரியவில்லை போலும். தவிரவும் அசோகமித்திரன் அதைத் தமிழுக்குப் புதிதான உத்திகள் மூலம் சித்தரித்திருந்தார்.

பெரும்பான்மையான மக்களுக்கு சினிமா ஒரு பொழுது போக்குச் சாதனம். ஆனால் அது மிகுந்த களேபரமான சூழ்நிலைகளில் தயாராகிறது. இரவு மூன்று மணிக்கே புரொடக்ஷன் மானேஜர் நடராஜனை கார் சப்தம் எழுப்புகிறது. அப்படியென்றால் அதை ஓட்டி வந்த டிரைவர் முருகேசன் எத்தனை மணிக்கு எழுந்திருந்தானோ? நடராஜன் ஒரு சந்து வீட்டில் குடியிருக்கிறான். அவனது குடும்பத்தினர் படுக்கை விரிப்புகள்கூட இல்லாது கோணல் மாணலாக ஒரு சிறிய அறையில் படுத்துறங்கிக் கொண்டிருக்கிறார்கள். லட்சக்கணக்கான ரூபாயில் தயாரிக்கப்படும் ஒரு படத்திற்கான அனைத்துப் பணப்பட்டுவாடாக்களையும் செய்கிற நடராஜனால் தன் மனைவிக்கு ஒரு ரூபாய் மட்டுமே செலவுக்குத் தர முடிகிறது. அவன் உடனே சென்னையிலுள்ள பல சந்துகளிலும் வீடுகளிலும் ஸ்டுடியோவிலுமுள்ள படத்தயாரிப்பு சம்பந்தப்பட்டவர்களையும் துணை நடிகைகளையும் டைரக்டரையும் கேமராமேனையும் மோட்டார் வண்டிகளில் ஏற்றிக்கொண்டு விடிவதற்குள் சென்னையைவிட்டுக் கிளம்புகிறான். படத்தயாரிப்பு இத்தனை முஸ்தீபுகளுடன் நடந்து கொண்டிருப்பதும் ஒரு தோற்றம்தான். அன்றைக்கு ஸ்டுடியோவில் எடுக்கப்படவிருக்கும் காட்சிகளுக் காக ஸ்டுடியோ வாடகையைச் செலுத்திவிட முடியுமா என்பதுகூட இன்னும் உறுதியாகவில்லை. தயாரிப்பாளரின் வீடு பறிபோய்விடும் நிலையில் இருக்கிறது. ஆனால் எப்போதும் பரபரத்துக்கொண்டிருக்கும் ஓட்டாண்டியான நடராஜன் தானே முன்வந்து படமெடுக்கத் துணிந்தால் தாங்களெல் லாம் உதவுவதாகக் கேமராமேனும் டைரக்டரும் வாக்களிக்கிற விநோதமும் நடக்கிறது. ஆட்களைத் தருவிப்பதும் அவர்களுக்கு உணவினை ஒழுங்கு செய்வதும்தான் பிரதானமான காரியங்களா கின்றன. "சினிமா என்றால் என்ன? காரும் சோறும்தான்." என்று ஒரு வசனமே நாவலில் இடம் பெறுகிறது. படப்பிடிப்பு இவற்றிற்கிடையே நடைபெறுகிற ஓர் உபரிச் செயலாகத்தான் இருக்கிறது.

எல்லோரும் கூடி இருக்கிறார்கள். இன்னும் ஒரு நடனக் காட்சிதான் பாக்கி. அதில் ஹீரோயின் தோன்ற அவளது அரைமணிநேர ஒத்துழைப்பு கிடைத்தால் போதும். படத்தின் விநியோகம் பற்றி நம்பிக்கைகொள்ள முடியும். ஆனால் ஜயசந்திரிகா ஸ்டுடியோவிற்கு வர மறுக்கிறாள். தலைவலி, உறவுக்காரர்

மரணம், வீட்டுக்கு விலக்கு என்று ஒவ்வொரு மணிக்கும் அவள் தரப்பிலிருந்து ஏதேதோ காரணம் சொல்லப்படுகிறது. பணத்தை எல்லாம் இழந்த நிலையில் ஓர் இரண்டாயிரம் ரூபாய்கூடப் புரட்ட முடியாத நிர்க்கதிக்கு ஆளான தயாரிப்பாளர் ரெட்டியார் இரண்டில் ஒன்று பார்த்துவிடுவது என்கிற மனோநிலையுடன் தனது பரிவார அலுவலர்களுடன் அவள் வீட்டிற்குச் செல்கிறார். அவள் ஒரு வயதான நடிகனுடன் உல்லாசமாக எங்கேயோ கிளம்ப ஆயத்தம் செய்துகொண்டிருப்பதை அறிகிறார். மிகவும் கண்டிப்பான குரலில் அவர் பேசுகிற வார்த்தைகள் சினிமா உலகின் மெய் யதார்த்தத்தை வெளிக்கொணர்வதாயுள்ளது. "எல்லா பொம்பளைகிட்டே இருக்கிறதுதான் உங்கிட்டேயும் இருக்கு, ஆனா எல்லாப் பொம்பளை மூஞ்சியும் பெரிசா நாற்பதடி படுதாவிலே தெரிஞ்சு நாலு கோடி மடையன்களை மோகம் பிடிச்சு அலைய வைக்க முடியாது. இதோ இந்தக் கிழவனும் குஷ்டரோகிக்காரனும் உன்னைச் சுத்தறதெல்லாம் அந்தக் காரணத்திலேதான்" அப்படி ஏசி அவளை அதிகமாகத் துன்புறுத்திவிட்டோமோ என்றுகூட ரெட்டியார் நினைக்கிறார். ஒருகாலத்தில் அவளது அம்மாவுடன் உறவு கொண்டிருந்தவர் என்பதால் அவள் அவரது மகளாகவும் இருக்கலாம் என்கிற ஐயப்பாடும் அவருக்கிருக்கிறது. ஒரு நடிகையான ஐயசந்திரிகா அவரிடமிருந்து தப்புவதற்காகத் திடீரென்று மயக்கம்போட்டு விழுகிறாள்.

அன்றைய தினம் படப்பிடிப்பு ரத்தாகிறது. அதன் பெருவிளைவாக ரெட்டியார் படத்தொழிலிலிருந்தே விரட்டப்படுகிறார். அவரிடம் பணிபுரிந்த ராஜ்கோபால், சம்பத், நடராஜன் போன்ற பலரின் வாழ்வும் உடனே சின்னாபின்னமடைகிறது. ராஜ்கோபால் தன் அண்ணனது தயவில் வாழ்கிறவன். படவேலை ஏதாவது கிடைக்குமா என்று படக் கம்பெனிகளின் வாயிலில் ஏறி இறங்குகிறான். கம்பெனி காரில் சென்று கொண்டிருந்தவன் பழுதடைந்துபோன டயர்கள் கொண்ட சைக்கிளில் அலைகிறான். ஸ்டுடியோவில் படப்பிடிப்பு நடந்துகொண்டிருக்கிறது. ரெட்டியாரைக் குப்புறக் கவிழ்த்த ஐயசந்திரிகா அதில் நடித்துக்கொண்டிருக்கிறாள். டைரக்டர், விநியோகஸ்தர் என்று எல்லோரது கவனத்தையும் கவர்கிற அவள் எவராலும் பொருட்படுத்தப்படாத நிலையில் பசிக்கும் வயிறுடன் அலைகிற ராஜ்கோபாலைப் பார்த்து "ஹலோ" சொல்கிறாள். அவன் மூக்கைப் பிடித்துத் திருகுகிறாள். ராஜ்கோபாலுக்கு மட்டும் இதெல்லாம் அவமானமாகப்படுகிறது. முப்பத்துநான்கு வயதுக்காரனான அவனால் நண்பர்களிடம் தன் நிலைமை பற்றி வெடிக்கத்தான் முடிகிறது. தன் தாயிடம்



அம்ஷன் குமார்

குமுறத்தான் முடிகிறது. ரெட்டியாருக்கு நேர் எதிராக வளம் நிறைந்த வெற்றித் தயாரிப்பாளராக ராம ஐயங்கார் இருக்கிறார். பெரிய ஸ்டுடியோவை வைத்துக்கொண்டு இந்திப் படங்களை எடுக்கிறார். பிரதேசம் கடந்த பிரச்சினைகளை அவர் சந்திக்க நேரிடுகிறது. தமிழர்கள் எடுக்கின்ற படங்களைத் திரையிட அனுமதிக்கமாட்டோம் என்கிற சிவசேனையர்களின் போராட்டம் அவரை நிலைகுலைய வைக்கிறது. அதற்கு மிக எளிமையான உபாயம் ஒன்றை அவரது மகன் பாச்சா தருகிறான். அதைத்தவிர அவனிடமிருந்து வேறு எந்தப் பலனும் அவருக்குக் கிடைக்கவில்லை. பாச்சா தந்தைமீது வெறுப்புகொண்ட ஒரு குடிகாரன். ஒரு சினிமா சாம்ராஜ்யத்தையே தனது தந்தை வைத்திருந்தாலும் அதன் வாரிசாகத் தன்னை வரித்துக்கொள்ள விரும்பாது வீணாய்ப் போகிறவன். அவனுக்கும் ரெட்டியாரின் மகன் சுரேஷுக்கும் பெரிய வேறுபாடு உள்ளது. ரெட்டியார் மஞ்சக்கடுதாசி கொடுக்கவிருக்கும் நிலையில் அவன் நமக்கு அறிமுகமாகிறான். காரணமில்லாது அவன்மீது அவர் வெறுப்பை உமிழ்கிறார். இருந்தும் தந்தையின் மீது பரிவும் பாசமும் மரியாதையும் கொண்டவனாக இருக்கிறான். வாழ்வின் விநோதங்கள் என்று சொல்வதைத் தவிர இம்முரண்களை வேறு எவ்வாறு விளங்கிக்கொள்ள முடியும்?

இரண்டே வருடங்களில் பல மாற்றங்கள். ரெட்டியார் எடுத்த படம் ராம ஐயங்காரால் முடிக்கப்பட்டு வெளியாகிப் படுதோல்வி அடைகிறது. சம்பத் படத் தயாரிப்பாளனாகிறான். ராஜ்கோபால் ஐயசந்திரிகாவைத் திருப்பதியில் கல்யாணம் செய்துகொள்கிறான். நடராஜன் பிச்சைக்காரனாக ரோட்டில் அலைகிறான். சினிமா தொழில் முதலாளித்துவச் சூதுகள் செயல்படும் உலகம். இன்றைய தயாரிப்பாளர் நாளைக்கு அநாமதேயமாகப் போய்விடலாம். ஒரு வேளைச் சோற்றுக்கே வழி இல்லாத ஒரு பணியாளன் முதலாளியாகவும் ஆகிவிடலாம். பிரபல நடிகையை மணந்துகொள்ளவும் செய்யலாம். கரைந்த நிழல்கள் நாவல் முடிகிறபோது பட உலகச் சக்கரம் ஒருமுறை சுற்றி வந்து நிற்கிறது. அடுத்த சுற்றில் என்னவெல்லாமோ நடக்கும். இருப்பினும்கூட எந்த ஒரு உத்தரவாதமும் தராத தொழிலில் ஒரு சிலரால் எப்படியோ தங்கு தடைகளற்ற வாழ்வை அமைத்துக்கொள்ள முடிகிறது. படக் கம்பெனிக்குக் காரோட்டுபவர்கள் தப்பிவிடுகிறார்கள். படத்தொழிலுக்கு ஒழுங்கினைக் கொண்டுவர வேண்டும் என்று கருதிச் செயல்படும் தொழிற்சங்கத்தினர் காப்பாற்றப்படுகின்றனர். டைரக்டர் ஜகந்நாத்ராவ், கேமராமேன் கோஷ் ஆகியோர் அவமானப்படாமல் தொழிலை மேற்கொள்கிறார்கள்.

மனிதர்கள் படும் அவமானம், அவர்களது வறுமை ஆகியன எந்தச் சந்தர்ப்பத்திலும் வரக்கூடியவை. எனவே மனிதவாழ்வின் குறியீடுகளாகவும் சினிமாவிலுள்ளவர்களின் வாழ்க்கை அமைகிறது. அதேசமயம் சினிமாத் தொழிலுக்கென்றே நிகழக்கூடிய சந்தர்ப்பங்களில் அவையெல்லாம் நிகழ்கின்றன என்பதால் அப்பொழுது தன்மைக்கு ஒரு குறிப்பிட்ட இட வரையறையும் கிடைக்கிறது. ராஜ்கோபாலிலிருந்து ராம ஐயங்கார்வரை எல்லோரையும் எங்கேயும் பார்க்கலாம். ஆனால் அவர்கள் இந்தத் தொழிலுக்கேயுரிய இடர்ப்பாடுகளுடனும் சந்தோஷங்களுடனும் அப்பொதுமைகளிலிருந்து விலகியவர்களாகவும் உள்ளனர்.

'கரைந்த நிழல்கள்' அசோகமித்திரனின் முதல் நாவல். 1967இல் எழுதப்பட்டது. அவரது செகந்திராபாத் கதைகள் அவர் செகந்திராபாத்தை விட்டு வெளியேறிய பின்னர் எழுதப்பட்டதைப்போல, ஜெமினி ஸ்டுடியோவில் பதினான்கு ஆண்டுகள் வேலை பார்த்து முடிந்த பிறகுதான் சினிமா உலகம் பற்றிய கதைகளை அசோகமித்திரன் எழுதத் தொடங்கினார். அவரது செகந்திராபாத் கதைகளைப்போல் இவையும் முற்றிலும் ஞாபகக் கதைகள். ஜெமினி ஸ்டுடியோ கதைகள் என்றும் இவற்றை அழைக்கலாம். ஸ்டுடியோக்களின் ஆதிக்கம் குறைந்த நிலையில் தனிப்பட்ட பட முதலாளிகள் பெருகிவந்த காலத்தில் இவை எழுதப்பட்டாலும் கதைகள் நடப்பதெல்லாம் ஸ்டுடியோ முதலாளிகள் மையங்கொண்டுள்ள உலகில்தான்.

'கரைந்த நிழல்களு'க்கு முன்பாக அவர் சினிமா உலகத்தைக் களனாகக்கொண்டு எழுதிய சிறுகதை 'வெறி' (1966). நடிகன் சத்யன்குமாரை ஸ்டுடியோ வரவேற்பாளன் கன்னத்தில் அறைந்து விடுகிறான். ஏன்? தருண் முகர்ஜி என்கிற புகைப்படக்காரனின் மூன்று மாதக் குழந்தை இறந்துவிடுகிறது. அவனுக்கு அன்றைய தினத்திற்கு முந்தின நாள் சத்யன்குமார் என்கிற இந்தி நடிகனை லிப்ரா ஸ்டுடியோவில் படம் எடுக்க வேண்டிய நிர்ப்பந்தம். தருண் முகர்ஜியின் நண்பனான வரவேற்பாளனால் அந்த வாய்ப்பினைப் பெற்றுத்தர முடியவில்லை. தருண் முகர்ஜியின் குழந்தைக்கு ஜூரம் கண்டவுடன் அதை டாக்டரிடம் அவன் எடுத்துச் செல்கிறான். டாக்டர் அவனிடம் எரிந்து விழுகிறான். குழந்தை பின்னர் மருத்துவமனையில் சேர்க்கப்படுகிறது. ஏதோ ஊசியைப் போட்டுக் குழந்தையின் நிலை விபரீதமாகி இறந்து போகிறது. வரவேற்பாளனுக்கு இதையெல்லாம் கேட்டவுடன் தாங்க முடியாத கோபம் வருகிறது. ஆனால் கோபத்தை யார்மீது காட்டுவது? டாக்டரின் மீதா? மருத்துவமனை மீதா? சிறிதளவு பணத்தையும் நடிகனைப் பின்தொடர வேண்டி டாக்ஸி

   அம்ஷன் குமார்

வாடகையில் கழிக்க நேர்ந்ததினால் சத்யன்குமார் மீதா? அல்லது அன்றைய தினத்தில் தருண் முகர்ஜிக்கு உதவ முடியாமல்போன தன்மீதா? ஒரு குழப்பமான மனநிலையில் நடிகன் சத்யன்குமாரை அடித்துவிடுகிறான். அபத்தமாகத் தோன்றினாலும் வேறு பல காரணங்கள் இருப்பதாக அக்கதையின் வாசிப்பு தெரிவிக்கிறது. சத்யன்குமார் படத்திற்குப் பத்து லட்சம் வாங்குபவன். தருண் முகர்ஜி அவனைப் படம் பிடித்துக் கொடுத்தாலும் ஐந்துக்கும் பத்துக்கும் அல்லாடுபவன். தருண் முகர்ஜியின் குழந்தை டிஸ்டில் வாட்டர் இல்லாத மருத்துவமனையில் வாடி உயிரை விடுகிறது. சத்யன்குமார் தனது பல்லைப் பிடுங்குவதற்கு சுவிட்சர்லாந்து சென்றுவிட்டுத் திரும்பியவன். பொருளாதார ஏற்றத்தாழ்வுகள் திரைப்படத்துறை சார்ந்த ஒரு கோணத்தில் அணுகப்பட்டுள்ளது.

அசோகமித்திரனின் சிறந்த கதைகளில் ஒன்று 'புலிக்கலைஞன்'. இதுவும் சினிமா உலகம் பற்றியது. ஸ்டுடியோவிற்கு வாய்ப்பு கேட்டு ஒரு மனிதன் வருகிறான். பெரிதாக ஒன்றுமில்லை. துணை நடிகன் வேடத்திற்குத்தான். தன்னால் புலிவேஷம் கட்ட முடியும் என்று தெரிவிக்கிறான். ஸ்டுடியோவில் நடிகர்களைத் தேர்வு செய்கிற சர்மா மற்றும் அலுவலர்களின்முன் புலித்தலையின் வெளித்தோலைத் தன் முகத்தின்மீது மாட்டிக்கொள்கிறான். பஞ்சத்தில் அடிபட்டவனைப் போன்றிருந்த அவன் உடனே புலிக்கலைஞனாக மாறுகிறான். மேஜைக்கு மேஜை தாவி புலியைப்போல் உறுமி ஒரு பிரமிப்பினை ஏற்படுத்துகிறான். திரைப்படங்களைப் பார்த்துப் பார்த்து ரசிக உணர்வுகளைக் கொண்டிருந்த அவர்கள் அவனது நேர்முக பாவனையால் ஸ்தம்பித்துப் போகிறார்கள். புலி ஆட்டம் முடிந்து பழைய மனிதனாகிறான் காதர். ஆனால் அவன் கொடுத்த பிரமையிலிருந்து மீள அவர்களுக்கு நேரம் பிடிக்கிறது. அவனுக்காகவே ஒரு சந்தர்ப்பத்தை சர்மா திரைக்கதையில் உருவாக்குகிறார். வறுமை தாங்காது அவனது பெண்டாட்டியால் விரட்டி அடிக்கப் பட்ட காதருக்கு நூறு ரூபாயாவது கிடைக்கட்டுமே என்று அவர் பச்சாதாபப்படுகிறார். சர்மா ஏற்படுத்தித்தந்த படட வாய்ப்பு வரவே விலாசம் கொடுத்துச் சென்ற காதரைத் தேடி அலைகிறார்கள். அவன் எங்கே சென்று தொலைந்தான் என்பதை அறிய முடியவில்லை. அதற்குள் புலி ஆட்டத்திற்குப் பதில் கரகாட்டத்தைப் படத்தில் சேர்த்துவிடுவது என்று முடிவாகிறது. புலி ஆட்டம், காவடி, கரகாட்டம் என்று கிராமிய ஆட்டங்கள் எதை வேண்டுமானாலும் சேர்த்துக்கொள்ளலாம் என்கிற அதிகார நிலையில் சினிமா ஊடகம் இருக்கிறது. காதர் காணாமல் போய்விடுகிறான் என்பதைக் கூறும் கதை புலிக்கலைஞனை

சினிமா காணாமல் போக அடித்துவிட்டதையும் ஒருசேரச் சொல்கிறது. காதர் புலி வேடம் போட்டவுடன் அவனது வயிற்றுப் பசியைப் போக்க சர்மா அவனுக்குப் பணம் தருகிறார். ஒரு கலைஞனான காதர் யாசகமாக அதையும் பெற மறுக்கிறான். அவனது நிலை கண்ட சர்மாவிற்குக் கோபம் வருகிறது. "கொடுத்த பணத்தை நீ எப்படிய்யா வாங்கிக்க மாட்டேன்னு சொல்லுவே? பணத்தை மறுத்தா உனக்குப் பணம் எங்கேய்யா வரும்? ஒரு சல்லீன்னாலும் லக்ஷ்மீய்யா" என்கிறார். காதர் சற்றும் அதிர்ஷ்டமில்லாதவன். அவன் வாழ்வில் விரும்பிய ஒன்றே ஒன்று புலி வேஷத்தில் படத்தில் தோன்றுவதுதான். அது அவனுக்குக் கைகூடிவிட்டதுபோல் ஒரு கணம் தோன்றுகிறது. அது ஒரு கணத் தோற்றம்தான். வாழ்வின் இடையறாத ஓட்டத்தில் நிர்த்தாட்சண்யமின்றி அடித்துச் செல்லப்படும் காதர் போன்ற மனிதர்கள் அசோகமித்திரனால் திரும்பத் திரும்பக் கண்டெடுக்கப்படுகிறார்கள்.

வெளியிலிருந்து சினிமா உலகைப் பார்ப்பவர்களுக்கு நட்சத்திர நடிக நடிகையர்கள் பற்றி ஏற்படுகிற எண்ணங்களுக்கும் அருகேயிருந்து அவர்களைக் கவனிக்கும்பொழுது கிடைக்கிற யதார்த்தத்திற்கும் நம்பமுடியாத வகையில் வேற்றுமைகள் உள்ளன. 'போட்டியாளர்கள்' கதையில் ஒரு பிரபல நடன நட்சத்திரம் ஒத்திகையின்போது உதவி ஒலிப்பதிவாளன் தன்மீது கோபம் கொண்டிருப்பதை உணர்கிறாள். கோபத்தை உதவியாளன் முரண்டு பிடிப்பதன் மூலம்தான் காட்டுகிறான். ஆனால் அதை அவள் கவனித்துவிடுகிறாள். அதற்கான காரணத்தை அவனிடம் கேட்கிறாள். மற்றொரு உதவியாளனான தன் சக ஊழியன் கிருஷ்ணனை அவள் அவமானப்படுத்தி அனுப்பிவிட்டதுதான் காரணம் என்கிறான். கிருஷ்ணன் தவறாகத் தன்னிடம் நடந்துகொண்டதால்தான் அவன் விரட்டப்பட்டான் என்று நடிகை பதில் தருகிறாள். அத்தோடு அவள் நிறுத்திக்கொண்டிருக்கலாம். ஏனெனில் அவனது குற்றச்சாட்டிற்கு அவள் பதிலளித்தாகிவிட்டது. ஆனால் அவள் அவனை இறுகக் கட்டிப்பிடிக்கிறாள். அவளுக்குத் தெரியும் அவன் தன்மீது கொண்ட காதலை வெளிப்படுத்த இயலாத ஆற்றாமையினால், அவளைச் சற்றுமுன் ஒரு நடிகன் வெளிப்படை யாகச் சல்லாபித்துவிட்டுச் சென்றதைக் கண்டு சகிக்க முடியாத பொருமலாய்த் தன்மீது கோபம் கொண்டிருக்கிறான் என்று. 'போட்டியாளர்கள்' சிறுகதை ஒரு படத்தின் நடன ஒத்திகை அந்நாளில் எவ்வாறெல்லாம் நடக்கும், அதற்கான ஒலிப்பதிவுக் கருவிகள் என்னென்ன என்பதையெல்லாம் விவரிக்கும் ஓர் அரிய ஆவணமாகவும் உள்ளது. அன்றைய ஸ்டுடியோக்களின்

செயல்பாடுகள், நடிக நடிகையரின் வாழ்க்கை, திரைப்படத் தொழிலாளர்களின் நிலைமை எனப் பலவற்றைப் பற்றியும் பின்னாளில் அறிந்துகொள்ள முனைபவர்களுக்கு அவரது கதைகள் நிறையச் செய்திகளை வைத்துள்ளன.

'கடன்' கதையில் நாதமுனி என்கிற ஒரு எடிட்டர் முக்கியக் கதாபாத்திரம். அவர் சொல்வதை வேத வாக்காகக் கருதிச் செயல்படும் முதலாளி, அவருக்கு எல்லாச் சலுகைகளையும் தருகிறார். ஆனால் நாதமுனியால் ஐநூறு ரூபாய்க் கடனைத் திரும்பத்தர முடியவில்லை. அவர் தாம் கொடுத்த கடனை வாய்ப்பு இழந்துவிட்ட ஒரு நடிகனிடமிருந்து வசூலிக்கவும் முடியவில்லை. இருவரும் சினிமாவைத் தவிர வேறுதொழில் எதற்கும் போகாதவர்கள். சினிமா இல்லை என்றால் எதற்கும் லாயக்கற்றவர்கள். சினிமாத் தொழில் தன்னிடம் ஈடுபாடு கொண்டவர்களைக் கொண்டாட வைத்து அழிக்கவும் செய்கிற ஒரு விநோதத் தொழிலாகக் கதையில் சித்தரிக்கப்படுகிறது. மார்க்கெட் இழந்த நடிகன் தன்னிடம் வருகிற ஸ்டுடியோ அலுவலரிடம் இப்படிப் பேசுகிறான்: 'மார்க்கெட் இருக்கறப்போ நெய்ப் பொங்கலும் நெய்ச் சோறும் போட்டுத் தூங்கப் பண்ணுவாங்க. முழிச்சுக்கறதுக்குள்ளே ஓம் மூஞ்சியும் போயிடும். மார்க்கெட்டும் போயிடும். இன்னும் எவனெவனோ வந்துடுவான். நீ கழுதை மாதிரி தொப்பை தள்ளிண்டிருப்பே' வாய்ப்பில்லாத நடிகன் ஒரு நடிகையிடம் பொலிகாளையைப்போல் வாழ்ந்து வருகிறான்.

'திரை' என்றொரு கதை. ஒரு பெண் தெருவில் நடந்து செல்கிற வாகினை வைத்தே அவள் சினிமாக்காரியா இல்லையா என்பதைச் சொல்ல முடிகிறது. ஒருவன் தெருவில் பார்த்தே அவள்மீது காதல் கொள்கிறான். அவளைத் தனது வாழ்க்கைத் துணையாக ஏற்பது என்று நினைத்து அவள் வீட்டிற்குச் செல்கிறான். வீட்டின்முன் ஒரு திரை தொங்குகிறது. அச்சமயம் போலீஸ்காரர்கள் அத்திரையை விலக்கி அவளையும் சேர்த்து அங்குள்ள பெண்களைப் பிரம்பால் அடித்து போலீஸ் வேனில் விபச்சாரக் குற்றத்திற்காக ஏற்றிச் செல்கிறார்கள். ஒருவேளை முன்னதாகவே அத்திரையை அவன் விலக்கியிருந்தால் அவள் விபச்சாரத்திலிருந்தும் தப்பியிருக்கலாம். திரை, திரை விலகல் ஆகியன சினிமாவில் நுழைந்த பெண்ணுக்கு வேறு மாதிரியான வாழ்க்கைக் கூறுகள் கொண்டனவாக உள்ளன.

'ராஜாவுக்கு ஆபத்து' கதை ஸ்டுடியோவில் ஓய்வில் இருப் பவர்கள் செஸ் ஆடுவது பற்றியது. ஸ்டுடியோவில் படப்பிடிப்புகள் குறைந்து ஆட்குறைப்பு ஏற்படும்பொழுது அதுவரை ஆட்டம

ஆடியவர்கள் வீட்டுக்கு அனுப்பப்பட செஸ் ஆட்டம் ஆடுவதும் நின்றுபோகிறது. பெரியவருக்காக ஒரு காலைக் காட்சி என்கிற கதையில் ஓய்ந்துபோன ஒரு படத் தயாரிப்பாளர் தனது மதிப்பிற்குரிய ஒரு மனிதருக்குத் தான் ஒருகாலத்தில் எடுத்த படமொன்றை நைவேத்யம் படைப்பதுபோல் போட்டுக் காண பிக்க முனைகிறார். ஆனால், அவர் எடுத்த படத்தைப் போலவே அந்த நிகழ்வும் அவருக்கு மன நிறைவைத் தரவில்லை. சினிமா வோடு சம்பந்தப்பட்டவர்களுக்குப் பட அனுபவங்கள் எல்லாமே மனக்கசப்பையும் பரிகாசத்தையும் தருவனவாக உள்ளன.

'இனி வேண்டியதில்லை' சிறுகதை சினிமா வாய்ப்பு தேடும் படலம் பற்றியது. சந்தர், சுஜாதா ஆகியோர் நாடகப் பள்ளியில் வேலை புரிபவர்கள். சந்தருக்காக சுஜாதா ஸ்டுடியோ ஒன்றில் வேலை செய்யும் சொந்தக்காரனான ஒரு புரொடக்ஷன் மானேஜரிடம் அழைத்துச் செல்கிறாள். அவன் மூலம் ஒரு பெரிய இயக்குநரைச் சந்திக்கும் வாய்ப்புக் கிடைக்கிறது. ஆனால் அவன் சுஜாதாவிற்கு வாய்ப்பு தர முன் வருகிறான். சுஜாதா அதைத் துச்சமாக மதித்தும்கூட சந்தரால் அவள்மீது கோபம்தான் கொள்ள முடிகிறது. அவளைக் காதலிப்பதாகவோ கல்யாணம் செய்துகொள்வதாகவோ எந்தவொரு தெரிவையும் சந்தர் செய்யாமலிருந்தும்கூட அவன்மீது அவள் நட்பினாலோ காதலினாலோ தன்னால் முடிந்த அளவிற்கு உதவி செய்துவிடுகிறாள். தன்மீது கழிவிரக்கம் கொண்டுள்ள சந்தரால் அதைப் புரிந்துகொள்ள முடிந்தாலும் ஏற்றுக்கொள்ள முடியவில்லை. ஓர் இரவில் அவர்களது உறவின் முறிவு இயல்பாகிறது. தன்மீது அதிகப்படியான அக்கறை செலுத்திய ஒரு ஜீவனை அவன் இழந்தாகிவிட்டது. இனி அவன் சினிமா நடிகனாவது துர்லாபம். ஆனால் அவனை முற்றாகச் சகித்துப் பார்த்துவிட்டு விலகிய அவளுக்கு அந்த இயக்குநரின் படத்தில் வாய்ப்பு கிடைக்கலாம்.

'விழா', 'பாவம் டல்பதடோ' ஆகிய இரு குறுநாவல்களிலும் அதே கதாபாத்திரங்கள். விழாவில் இவர்கள் இளம் வயதினராயும் சாதனைகள் புரிபவர்களாயும் உள்ளனர். ஆனால் 'பாவம் டல்பதடோ'வில் அவர்களது உலகம் நிர்மூலமாக்கப்பட்டுவிட்டது. சொந்த வாழ்வில் துன்பங்கள், பல உயிர்கள் பழிவாங்கப்பட்ட தேசியத் துயரம் எல்லாமுமாகச் சேர்ந்து அது பெரும் சோகக்கதையாக உருவெடுக்கிறது. கலைப்படம், கலைப்பட விழாக்கள் ஆகியனவற்றைப் பெரும்பாலானோர் தவறாகப் புரிந்திருக்கிறார்கள். குறுநாவல் 'விழா' அத்தவறான புரிதல்களை நேர்ப்படுத்துகிறது. கலைப்பட இயக்குநர் டல்பதடோ தனக்குக்

கிடைத்த பரிசுப் பொருட்களைக்கூடத் தன் நாட்டிற்கு எடுத்துச் செல்ல இயலாத பணத் தட்டுப்பாட்டில் இருக்கிறான். அதுபோன்றே இந்திய அரசாங்கம் படவிழாக்களில் நடத்தும் அரசியலை விழா வெற்றிகரமாகச் சித்தரித்திருக்கிறது. கலை விழாக்களை நடத்துவதில் எந்த அரசாங்கமும் உள்நோக்கமற்றுச் செயல்படுவதற்கு வாய்ப்பே இல்லை என்றும் தெரிகிறது.

'விழா மாலைப் போதில்' குறுநாவலில் சினிமா சம்பந்தப்பட்டவர்கள் மட்டுமின்றி சினிமா பத்திரிகையில் சம்பந்தப்பட்டவர்கள்கூட நிம்மதியற்று உழல்கின்றனர். சிறுமைப்படுத்தப்படுகின்றனர். ஆனால் சினிமாவை வைத்து நடத்தும் சினிமாப் படவிழா கோலாகலமாயும் அதிகாரவயப்பட்டதாயும் உள்ளது. இந்த ஐரனியை இக் குறுநாவலில் முழுக்கக் காணமுடிகிறது. சுந்தர்ராஜின் தங்கையை வேண்டாம் என்று மாப்பிள்ளை வீட்டார் சொல்வதற்குக் காரணம் சுந்தர்ராஜ் சினிமா உலகோடு சம்பந்தப்பட்டவன் என்பதால். ஆனால் கல்லூரி விரிவுரையாளரான மாப்பிள்ளை பேனா வாங்கவும் வேஷ்டி வாங்கவும் மட்டுமே தனது சுதந்திரத்தைப் பயன்படுத்தக்கூடிய நிலையில் உள்ளவன். சமூகத்திடம் நல்ல பெயர் வாங்கும் ஓர் ஆண் எதையெல்லாம் விட்டுக்கொடுக்க வேண்டியவனாகிறான் என்பதை வைத்துச் சமூகத்தின் மதிப்பீடுகளை நாவல் விமர்சிக்கிறது. சினிமாக்காரர்களை வெறுத்தொதுக்கும் சமூகம் கொடூரமான மதிப்பீடுகளைச் சாசுவதப்படுத்திக் கொண்டுள்ளது.

நாவல்களில் ரோமன் அ க்ளப் (*Roman a clef*) என்றொரு வகைமை உண்டு. சமூகத்தில் நன்கறியப்பட்ட பிரமுகர்களை அடையாளம் கொள்ளும் வகையில் புனை கதாபாத்திரங்களாக்கி அவர்களைப் பகடி செய்யும் வகைமை அது. தமிழில் அவ்வகைமையைத் தனக்கேயுரித்தான தன்மைகளுடன் அசோகமித்திரனைப்போல் பயன்படுத்தியவர்கள் வேறு எவருமில்லை. சினிமா உலக அனுபவங்களின் தொகுப்பான 'கரைந்த நிழல்'களாகட்டும், செகந்திராபாத் வருடங்கள் பற்றிய நினைவுகூறலான '18வது அட்சக்கோடா'கட்டும், அயோவா பல்கலைக்கழகத்தில் தங்கிய காலத்துச் சித்தரிப்பான 'ஒற்றனா'கட்டும் எல்லாமே அசோகமித்திரனின் புனைவாக்கம் பெற்ற சுயசரிதைகள்தாம். அவர் வேலை பார்த்த ஸ்டுடியோவின் நிலப்பரப்பு, அதில் இயங்கிய பல இலாக்காக்கள், தயாரான படங்கள், கேன்டின், தொழிலாளர்கள், அலுவலர்கள், டெக்னிஷியன்கள், நடிக நடிகையர், ஸ்டுடியோவில் செய்யப்பட்ட ஆட்குறைப்பு, வேலையை விட்டு விலகல் போன்ற பல

விவரங்கள் சுயசரிதைக் குறிப்புகளாக இடம்பெறுகின்றன. அவற்றை மறைக்கவும் அவர் பிரயாசை எடுப்பதில்லை. சுலபமாக எல்லாவற்றையும் அடையாளப்படுத்திக்கொள்ள முடியுமாறு செய்துவிடுகிறார்.

ஜெமினி ஸ்டுடியோஸ், 'லிப்ரா' என்று நாமகரணம் பெறுகிறது. விநாயகா ஸ்டுடியோவும் அதுதான். வாஹினி ஸ்டுடியோ சாஹினியாகிறது. ராம ஐயங்கார், எஸ்.எஸ். வாசனை நம் கண்முன் கொண்டுவந்து நிறுத்துகிறார். கமால் பிரதர்ஸ், ஜமால் பிரதர்ஸ் ஆகிறார்கள். மானசரோவரில் வரும் சத்யன் குமார் இந்தி நடிகர் திலீப்குமார். கேமராமேன் கோஷ், நிமாய் கோஷ்தானோ? போட்டியாளர்கள் சிறுகதையில் வரும் சுலோசனா, கிரிஜா ஆகிய நடன நடிகைகள் பத்மினி, வைஜெயந்திமாலா ஆகியோர். அசோகமித்திரனை எல்லாக் கதைகளிலும் காணமுடிகிறது. உப பாத்திரங்களாக வரும் நாதமுனி மாமா, சர்மா, சம்பத், ராஜ் கோபால் போன்று பலர் நம்மால் அறியப்படாதவர்கள் என்பதால் அவர்கள் யார் என்று யூகம் செய்யவியலாது. அவர்கள் அசோகமித்திரனின் வாழ்வில் கடந்து சென்ற ரத்தமும் சதையுமான மனிதர்கள்தாம். அவர்கள் அப்படியே கதாபாத்திரங்களாக மாறிவிடவில்லை என்பதை வாசகர்களுக்குச் சொல்ல வேண்டிய அவசியமில்லைதானே. வாழ்வின் சாயல்களைப் பலமாகத் தனது எழுத்துகளில் படைக்கிற அசோகமித்திரனுக்கு எவ்வித உள்நோக்கமும் இல்லை என்பதைப் புரிந்துகொள்ள முடிகிறது. தனது படைப்புலகம் எதுவும் யதார்த்தத்தை மீறிய கற்பனை அல்ல என்பதையே இச்சித்தரிப்புகள் எடுத்து இயம்புகின்றன. அதற்கப்பால் மேலதிகமாக எவரையும் எழுத்தின்மூலம் கேலிக்குரியவர்களாக ஆக்குவதையோ விமர்சிப்பதையோ அவர் செய்வதில்லை. இது ஒரு புதிய 'ரோமன் அ க்ளப்' வகைமை என்பதில் சந்தேகம் வேண்டாம்.

சினிமா உலகில் குற்றேவல் புரிகிறவர்களாகத்தான் அசோகமித்திரனின் கதாபாத்திரங்கள் வருகின்றனர். ஆனால் வித்தியாசமாக 'மானசரோவர்' நாவலில் பிரதான க் கதாபாத்திரமான சத்யன் குமார் ஓர் அகில இந்திய நட்சத்திரம். ஒரு நட்சத்திர பிம்பம் பல்வேறு விதமான பாதிப்புகளை ஏற்படுத்துகிறது. சினிமா உலகினரால் உருவாக்கப்பட்ட அப்பிம்பம் அவர்களையே ஆட்டிப்படைக்கும் வல்லமை பெற்றதாகிறது. ரசிகர்களிடையே நட்சத்திர நடிக நடிகையரின் மீதான மோகமாக அப்பிம்பம் பூதாகரமான ஆளுமை பெறுகிறது. அப்பிம்பத்தின் பிறிதொரு அபாயகரமான விளைவைக்



அம்ஷன் குமார்

கோபாலின் மனைவி ஐம்பகத்திடம் காண்கிறோம். நாவல் மௌனம் சாதிக்கிற ஒரு தருணத்தில் அது நடந்துவிடுகிறது. எளிதில் பாலுணர்விற்கு இணங்கிப்போகும் தன்மையுடையவனாயும் அப்பிம்பத்தின் வாயிலாக நடிகன் தெரியவருகிறான். தன்னிடம் பதுங்கிக்கொண்டிருந்த இச்சையை வெளிப்படுத்த ஐம்பகத்தால் ஒரு நடிகனான அவனது முன்னிலையில்தான் முடிந்திருக்கிறது. ஒரு நடிகனாக இல்லாத பட்சத்தில் அதிக அறிமுகம் இல்லாத வேறு ஒருவனிடம் சட்டென்று ஒரு நெருக்கத்தை ஏற்படுத்த அவளுக்குத் துணிவிருந்திருக்குமா என்பது சந்தேகத்திற்குரியது. தனது எதிர்பார்ப்பு தவறென்று அவள் உணர்ந்த கணம் அவளுக்கு அமைதியைத் தராதுபோயிற்று. அவளது செய்கை ஒரு சாட்சியை உருவாக்கிவிட்டிருந்தபடியால் தன் மகனையே ஐம்பகம் பலியாக்க வேண்டியும் வந்தது. அந்நாவலில் எல்லோருக்கும் ஏதோவொரு வகையில் மீட்பு சாத்தியமாகிறபொழுது அவளுக்கு மட்டும் விதி கொடுமையானதாக உள்ளது.

அசோகமித்திரனின் சினிமா உலகம் கைத்துப்போன உலகம். மனிதர்கள் நிராதரவானவர்களாக, பரிதாபகரமானவர்களாக உள்ளனர். கசடர்களும் அவ்வப்போது தென்படுகின்றனர். தனது சினிமா பற்றிய கட்டுரைகளில் தமிழ் சினிமா கலைஞர்களின் சாதனைகள் பற்றிக் குறிப்பிட்டுள்ளார். ஆனால் கதைகளில் வரும் தமிழ் சினிமாக்காரர்கள் கலை வேட்கை ஏதும் அற்றவர் களாக உள்ளனர். மாற்றாக நாடக உலகினர் பற்றிய அவரது கதைகளில் கலைஞர்கள் தென்படுகிறார்கள். வாழ்வினை மேம்படுத்தும் தருணங்களைக் கலை பெற்றுத்தரும் என்பது ஆதாரமற்ற நம்பிக்கையாகக்கூட இருக்கலாம். ஆனால் சினிமா ஊடகம் அவ்வாறெல்லாம் அவர் படைப்பில் நினைத்துப் பார்க்கவியலாதவாறு உள்ளது. 'மானசரோவர்' நாவலில் வரும் சத்யன் குமார் திறமைசாலியாகவும் வெற்றிகரமாகவும் வாழ்ந்தாலும் சினிமா நடிகன் என்பதாலேயே அவனது வாழ்வு உள்ளீடற்றதாக உள்ளது. அவனுக்கும் திரைக்கதாசிரியனான அவன் நண்பன் கோபாலுக்கும் ஆன்மிகம்தான் வாழ்வின் புதிர்களைத் தீர்க்கிறது. 'தண்ணீர்' நாவலில் வரும் ஜமுனாவும் ஒரு சினிமாக்காரி. சீரழிவிற்குள்ளான வாழ்விலிருந்து தாய்மைப்பேற்றை அடைவதன் மூலம் அவள் தப்புகிறாள். 'நானும் ராமகிருஷ்ண ராஜுவும் சேர்ந்து எடுத்த சினிமாப் படம்' சிறுகதை சினிமா உலகைக் களனாகக் கொள்ளவில்லை. செகந்திராபாத்தில் நாற்பதுகளில் அக்கதை நடக்கிறது. மாணவப் பருவத்தில் புத்தகப் படிப்பை வைத்தே சினிமா தயாரிப்பின் நுணுக்கங்களைக் கற்ற கலைஞன் ராமகிருஷ்ண ராஜு. தந்தையின் அடிக்குப் பயந்து சினிமா ஆசையையே விட்டுவிடுகிறான்.

ஆனால் அது அவனுக்கு வாய்த்த அதிர்ஷ்டமாகிறது. அவன் சினிமாவிலிருந்து காப்பாற்றப்படுகிறான். சினிமா ஆசையில்லாத அவனது நண்பன் பின்னாளில் சினிமாவில் சந்தர்ப்பவசத்தால் நுழைந்து தன் வாழ்வே வீணாகிவிட்டதென்று புலம்புகிறான்.

மனிதர்களால் தவிர்க்கமுடியாத ஆனால் தவிர்க்கப்பட்டால் உய்வடையக் கூடியதான உலகின் குறியீடாக அவரது சினிமா உலகம் படைக்கப்படுகிறது.

    அம்ஷன் குமார்

# இலக்கிய நயம் பாராட்டும் மரபில் அசோகமித்திரன் கதைகள்

பெருமாள்முருகன்

'நயம்' என்னும் சொல்லுக்கு நுட்பம், நுணுக்கம் எனப் பொருள் உண்டு. 'நவில்தொறும் நூல்நயம்' என்னும் குறள் (783) தொடருக்குக் 'கற்குந்தோறும் இன்பம்' என உரையாசிரியர்கள் பொருள் கூறுகின்றனர். இது அத்தனை பொருத்தம் உடைய தாகத் தோன்றவில்லை. நவில்தல் என்பதற்குச் சொல்லுதல் எனப் பொருள். இன்றும் 'நன்றி நவிலல்' என இச்சொல்லைக் கையாள்கிறோம். எடுத்துச் சொல்லுதல், வாய்விட்டுச் சத்தமாகச் சொல்லுதல் ஆகியவை பொருந்தும். நவில்தல் என்பது கற்றல் அல்ல. கற்பித்தல் என்று சொல்லலாம். பிறர்க்கு எடுத்துச் சொல்லுதல் என்பது கற்பித்தலாகிய செயல்.

நூலுக்குரிய பத்து அழகுகளைப் பட்டியலிடும் இலக்கணம் அதில் ஒன்றாக 'நவின்றோர்க்கினிமை' என்பதையும் கூறுகின்றது. இதற்கும் 'கற்போர்க்கு இனிமை' என உரைகள் பொருள் கூறுகின்றன. எடுத்துச் சொல்வோர்க்கு இனிமை என்பதுதான் இங்கும் பொருந்தும் பொருள். அக்காலத்தில் எடுத்துச் சொல்லுதலாகிய கற்பித்தலுக்கு மிகுந்த முக்கியத்துவம் இருந்தது. சுயமாகக் கற்றலுக்கான கருவிகள் போதுமான அளவு இல்லை. ஆகவே

எடுத்துச் சொல்லுதலாகிய கற்பித்தல் என்பதே நவிலுதல் ஆகும். ஒரு நூலை முழுமையாகக் கற்றல் என்பதைப் பற்றி நன்னூல் கூறும்போது பாடம் கேட்டலைச் சொல்வது போலக் கற்பித்தலின் சிறப்பையே எடுத்துரைக்கிறது. ஒருமுறைக்கு இருமுறை கேட்டால் பிழையின்றி நூலை அறியலாம். மூன்று முறை கேட்டால் பிறர்க்கு எடுத்துரைக்கலாம். ஆசிரியரிடம் எப்படிப் பாடம் கேட்டாலும் கால் பங்கே கற்கலாம். சக மாணவர்களோடு பழகிப் பயிலுதலால் மற்றொரு கால் பங்கு கற்கலாம். மீதமுள்ள பாதியைக் கற்க வேண்டுமானால் எடுத்துச் சொல்லுதலாகிய கற்பித்தலில் ஈடுபட்டாக வேண்டும். ஆகவே நவின்றோர்க்கினிமை என்பதை எடுத்துச் சொல்லுதலின்போது கிடைக்கும் இனிமை என்றே பொருள் கொள்வது சரியானது.

'நவில்தொறும் நூல்நயம்' என்பதை 'எடுத்துச் சொல்லும் போது கிடைக்கும் நூலின் நுட்பம்' என்று விளக்குவதே சரியானது. ஒவ்வொரு முறை எடுத்துச் சொல்லும்போதும் புதுப்புது அர்த்தங்களை இலக்கியம் பெறுவதை அனுபவம் உணர்த்தும். 'நவில்தொறும் நூல்நயம்' என்னும் தொடர் மிகவும் ஆழ்ந்த பொருளுடையது. நூலின் பொருளை ஒற்றைக்குள் சுருக்கிவிடுதலை நம் மரபு ஆதரிக்கவில்லை. நூலின் பொருள் விரிவடைந்து செல்லக்கூடியது என்னும் உணர்வைக் கொண்டிருந்த காரணத்தாலேயே ஒரு பாடலுக்குப் பல உரைகள் உருவாகியுள்ளன. சங்கப் பாடல்கள் பலவற்றிற்கு இலக்கண உரையாசிரியர்கள் சொல்லும் பொருள்களில் பல வேறுபாடு களைக் காணலாம். பிறர் கூறும் பொருளை மறுத்துக் கூறுதலும், பிறர் கூறும் பொருளை அங்கீகரித்துக்கொண்டு வேறொரு பொருளை முன்வைத்தலையும் காணலாம்.

நவில்தொறும் நூல்நயம் என்பதில் ஒருவரின் அனுபவம், வயது, உள்வாங்கும் திறன் ஆகியவற்றின் பங்கையும் இணைக்க முடியும். உ.வே.சாமிநாதையரின் ஆசிரியர் மகாவித்வான் மீனாட்சிசுந்தரம் பிள்ளை ஒரு பாடலுக்கு ஐம்பது விதமாகப் பொருள் கூறியதாக அக்காலத்தில் கதை நிலவியதை உ.வே. சா. பதிவு செய்திருக்கிறார். ஒரு பாடலுக்குப் பலவிதமாகப் பொருள் சொல்லும் வாசிப்புகளுக்கு அங்கீகாரம் இருந்துள்ளது என்பதையே இது காட்டுகின்றது. பாடலுக்குப் பொருள் கொள்ளும் முறைகளைக் குறித்த சிந்தனைகளே 'பொருள்கோள்' என வகைப்படுத்தப்பட்டிருக்கிறது. இவை தமிழ் மரபில் நிலவி வந்தவை எனினும் கோட்பாட்டு வடிவாக்கம் பெறவில்லை. உதிரிக் கருத்துக்களாகவும் நடைமுறைகளாகவும் இவை தொடர்ந்து வந்துள்ளன.

இந்த மரபின் தொடர்ச்சியை இருபதாம் நூற்றாண்டிலும் காணலாம். கம்பராமாயணம் குறித்து ஆயிரத்துக்கு மேற்பட்ட நூல்கள் எழுதப்பட்டிருக்கக் கூடும். இவையனைத்தும் ஆராய்ச்சி நூல்கள் அல்ல. 'நவில்தொறும் நூல்நயம்' கண்டு எழுதப்பட்ட நூல்கள் தொண்ணூறு விழுக்காடு இருக்கக்கூடும். இத்தகைய நூல்கள் ஏற்படுத்திய விளைவுகள் குறிப்பிடத்தக்கவை. மூலநூலை நேரடியாகப் படிப்பதற்கான தூண்டுதலை இவற்றிலிருந்து பெற்ற தலைமுறைகள் உண்டு. இத்தகைய நூல்களை வாசித்துவிட்டே மூலநூல்களை முழுமையாக வாசித்துவிட்ட பாவனையோடு திரிந்தவர்களும் உண்டு. இலக்கிய உலகுக்குள் ஒருவரைக் கொண்டு செலுத்த இவை பெரும்துணை செய்தன என்பதை மறுப்பதற்கில்லை. இந்த நூல்களின் தொடர்ச்சி இன்று விடுபட்டிருப்பதையும் கவனத்தில் கொள்ள வேண்டும்.

அதற்கு முக்கியமான காரணம் இம்மரபு நவீன இலக்கியத்தின் பக்கம் பெருமளவு திரும்பவில்லை என்பதுதான். மேலும் இம்மரபு நவீன இலக்கியத்தை எதிராகக் கண்டதும் நடந்தது. பழங்கவிதை ஒன்றை எடுத்து நயம் நவிலுதல் போல நவீன கவிதையையோ சிறுகதையையோ நவில இயலாது என்றே இம்மரபு கருதி வந்திருக்கிறது. ஆகவேதான் கல்வித்துறையாளர்கள் இதை விரிவுபடுத்தவில்லை. இத்தகைய மரபுக்கு இருபதாம் நூற்றாண்டில் கல்வித்துறை சூட்டிய பெயர் 'இலக்கிய நயம் பாராட்டுதல்' என்பதாகும். இலக்கியத்தின் நுட்பத்தை எடுத்து மொழிதல் என்று இதற்கு விளக்கம் கூறலாம்.

திறன் மிக்கோர் எழுதிய நல்ல நூல்களைப் போலி செய்து பலர் எழுதி இதனை நீர்த்துப் போகச் செய்துவிட்டனர். இப்போது பூச்சரத்தைப் பிய்ப்பது போலப் பாடலைப் பிய்த்து பொருள்நயம், அணிநயம், உவமைநயம், சொல்நயம் என்றெல்லாம் வலிந்து எழுதும் விதத்தில் பாடத்திட்டத்தில் இது புகுந்து இன்றுவரை மாணவர்களைப் படுத்திக்கொண்டிருக்கிறது. மரபில் உள்ள செழுமையை வளர்த்தெடுப்பதற்குப் பதில் அதைச் சிதைத்துச் சீரழித்துவிடுவது நமக்கே உரித்தானதுதான். ஆகவேதான் மரபிலிருந்து பெறும் ஒன்றை விவரிக்க, சான்று காட்டத் தொல்காப்பியத்தை நோக்கிச் செல்ல வேண்டியிருக்கிறது.

அசோகமித்திரனை வாசிக்க இந்த மரபிலிருந்து எதை எடுப்பது? நவீன வாழ்வின் கேந்திரமான பெருநகரங்களின் ஒரு நூற்றாண்டு வாழ்வை மையப்படுத்தி எழுதியுள்ளவர் அசோகமித்திரன். நகர வாழ்வுக்கும் வேர்களும் விழுதுகளும் உண்டு என்பதை நிறுவியவை அவரது எழுத்துக்கள். நகரத்தை விட்டுவிட்டுத் தமிழ் வாழ்வை முழுமைப்படுத்த இயலுமா?

தமிழ் வாழ்வின் மிக முக்கியமான பகுதி அவரது எழுத்துக்கள். கிட்டத்தட்ட முக்கால் நூற்றாண்டாகத் தமிழ் வாழ்வில் ஆதிக்கம் செலுத்தும் திரைத்துறை சார்ந்த பதிவுகளை அசோகமித்திரனைத் தாண்டி யாரும் எழுதிவிடவில்லை என்பது ஒன்றே இதற்குச் சான்றாகும்.

மேலும் அவரது எழுத்துமுறை தமிழ் இலக்கிய மரபுக்கு மிகவும் நெருக்கமானது. ஒவ்வொரு சிறுகதையும் யாப்பு விதிகளுக்கு உட்பட்டுக் கட்டப்பட்ட செய்யுள் போன்று அமைந்திருக்கின்றன. இதை 'வாழ்விலே ஒருமுறை' என்னும் அவரது முதல் தொகுப்புக்கான முன்னுரையில் ஞானக்கூத்தன் இப்படிக் குறிப்பிடுகின்றார்: 'ஒரு கவிஞனின் நேர்த்தியான செய்யுள் திறனுக்கு இணையான உரைநடை அவருடையது' (ப.3). இந்தக் கருத்தை விரிவாக்கிக்கொள்ளலாம். செய்யுளுக்கு யாப்பு விதிகள் உண்டு. அவ்விதிகள் சொற்செறிவைப் பெரும்பாலும் கோரும். 'நின்று பயனின்மை' என்னும் குற்றத்திற்குக் காரணமாக யாப்பு விதிகள் அமைவதும் உண்டு. ஏகாரங்கள், ஓகாரங்களின் மிகுதியான பயன்பாட்டைச் செய்யுளில் காணலாம். ஓசை என்னும் கட்டுப்பாட்டுக்கு உட்பட்டு எழுத வேண்டியிருப்பதால் அதை நிறைவு செய்வதற்கு இவற்றைக் கவிஞன் கையாள்கின்றான். உரைநடைக்கு அத்தேவைகள் இல்லை. வெற்றுச் சொற்களைப் பயன்படுத்த விதிகள் கோருவதில்லை. அசோகமித்திரன் கதைகளின் வடிவ ஒருமை செய்யுளுக்கு நிகரானது. ஆனால் வெற்றுச் சொற்கள், அசைகள் ஆகியவற்றைத் தவிர்த்தது.

அசோகமித்திரன் கதைகள் ஏறத்தாழ இருநூற்றைம்பது இருக்கக்கூடும். அவர் எழுதியுள்ள பத்திரிகைகளின் பட்டியல் ஆச்சரியம் தரும். *கணையாழி, காலச்சுவடு, குமுதம், ஆனந்த விகடன், கல்கி, ஓம்சக்தி, விஜயபாரதம்* என விரியும். இடதுசாரி இதழ்களில் அவர் கதைகள் ஏதேனும் பிரசுரமாகி இருக்கிறதா என உடனடியாக என்னால் கண்டுபிடிக்க இயலவில்லை. அறுபது ஆண்டுகளுக்கும் மேலாக எழுதிக்கொண்டிருக்கும் அவரது எழுத்தில் மாற்றங்கள் இருக்கின்றன. தொடக்க காலக் கதைகளை வெண்பாக்கள் என்று சொல்லலாம். பின்னரும் பெரும்பாலும் வெண்பாக்களையே எழுதியிருக்கிறார். கொஞ்சம் சவலை வெண்பாக்களும் உண்டு. அகவற்பாக்களை எழுதும் தேவையும் ஏற்பட்டிருக்கின்றது. இந்த இரண்டு வகைப் பாக்களை அசோகமித்திரன் கதைகளுக்குப் பொருத்துவது வெகு எளிது. வெண்பா எளிமை போலத் தோற்றம் தரும் பா. ஆனால் அதை எழுதுவது கடினம். விதிகளைச் சாதகமாக்கி மொழியில் வாள் வீசும் வித்தை கைவரப் பெற்ற கவிஞன் வெண்பாப்புலி

ஆகிவிடுவான். அசோகமித்திரன் வெண்பாப்புலிதான். சமீபத்தில் அவர் எழுதிய கதைகளில் இருந்தும் இதற்குச் சான்று காட்ட இயலும். அவரது கதைகளின் வடிவ அமைப்பே இலக்கிய நயம் பாராட்டும் மரபில் அவர் கதைகளை வைத்துப் பார்க்கத் தூண்டுவதாகும். அவரது பல கதைகளின் நுட்பங்களை அவ்விதம் எடுத்து மொழியலாம். அதற்குச் சான்றாக இங்கு ஒரே ஒரு கதையைக் காட்டலாம்.

அகப்பொருள் இலக்கணத்தில் 'இறைச்சி' என்னும் கருத்தைத் தொல்காப்பியர் குறிப்பிடுகின்றார். 'இறைச்சி என்பது உரிப் புறத்துவே' என்பது நூற்பா. இதற்குப் பாட வேறுபாடு 'இறைச்சி என்பது பொருள் புறத்ததுவே' என்பதாகும். இந்நூற்பாவுக்கு உரையாசிரியர்களும் பிற்கால அறிஞர்களும் பலவிதமாகப் பொருள் காண்கின்றனர். 'கருப்பொருட் பிறக்கும் இறைச்சிப் பொருளே' என்று நம்பியகப்பொருளும் 'இறைச்சிதானே பொருட்புறத் ததுவே' என இலக்கண விளக்கமும் 'கருப்பொருள் களனாம் கட்டுரை பயின்ற பொருட்புறத் தனவாம் இறைச்சி' என மாறனகப்பொருளும் கூறுகின்றன. அகப்பாடல்களில் வரும் கருப்பொருள் செய்திகள் நேரடியான அர்த்தத்தைத் தாண்டி வேறொரு அர்த்தமும் தரும் என்பது இந்நூல்களின் கருத்தும் உரையாசிரியர்களின் கருத்துமாகும்.

'சாரல் கருங்கோல் குறிஞ்சிப் பூக்கொண்டு பெருந்தேன் இழைக்கும் நாடன்' என்று குறுந்தொகைப் பாடல் ஒன்று தலைவனைப் பற்றிக் கூறுகின்றது. குறிஞ்சிப் பூவிலிருந்து பெரிய தேனைச் சேகரிக்கும் என்று நேர்ப்பொருள் வரும் இத்தொடர் அப்பொருளோடு நின்றுவிட்டால் சிறப்பில்லை. தலைவனின் செயல் உயர்வை இது உட்பொதிந்து வைத்திருக்கிறது. இப்பொருள் தலைவன்மீது கொண்டிருக்கும் நம்பிக்கை உட்படப் பலவற்றை நோக்கி விரிகிறது. குறிஞ்சிப் பூவும் பெருந்தேனும் அவற்றிற்குரிய இலக்கணப் பொருளைத் தாண்டி வேறொரு பொருளுக்குக் காரணமாகின்றன. இதையே இறைச்சி என்று விளக்குகின்றனர். பாடலுக்கு உரிப்பொருள் எனப்படும் பாடுபொருளுக்குப் புறத்தே தோன்றும் பொருள் என்னும் விளக்கமும் உண்டு. அதாவது ஒரு பாடலின் பாடுபொருள் நேரடியாக விளங்கிவிடும். அதற்குள் உட்பொருளாக வேறொன்று காணப்படும்.

இவ்வாறெல்லாம் விளக்கப்படும் இறைச்சி என்பதைச் சுருக்க மாக இப்படிச் சொல்லலாம்: பாடலின் நேரடிப் பொருளுக்கு இயைந்த வகையில் அல்லது முரண்படும் வகையில் கருப்பொருள் உள்ளிட்டவற்றின் பயன்பாடு கொண்டு உட்பொதிந்திருக்கும் இன்னொரு பொருளே இறைச்சி ஆகும்.

கவிதையின் நுட்பத்தை அறிவதற்கு உதவும் ஒரு கோட்பாட்டுக் கருவி இறைச்சி. இப்பெயரைச் சொல்லியும் சொல்லாமலும் இலக்கிய நயம் பாராட்டும் மரபில் இக்கோட்பாடு பயன்படுத்தப்பட்டு வந்துள்ளது. இதற்குச் சங்க இலக்கியத்திலிருந்து நவீன இலக்கியம் வரை தொடர்ந்து ஏராளமான சான்றுகளைக் காட்டலாம். பெரும்பாலும் கவிதைகளிலேயே இத்தகைய பொருள் விரிவு காணும் நிலை உள்ளது. சிறுகதைகளுக்கும் அவற்றை விரிவாக்கலாம். அசோகமித்திரனின் முதல் தொகுப்பில் உள்ள 'இனி வேண்டியதில்லை' என்னும் சிறுகதையை இவ்விதம் அணுகிப் பார்க்கலாம். அவர் எழுதிய சிறந்த கதைகளில் இதுவும் ஒன்று. அவ்வளவாகப் பேசப்பட்டதில்லை எனினும் பேசப்பட வேண்டிய கதை இது. இறைச்சி என்னும் கோட்பாட்டைப் பயன்படுத்த ஏற்ற கதையும்கூட. அகப்பொருள் பாடல்களுக்கே இறைச்சியைத் தொல்காப்பியர் கூறுகின்றார். 'இனி வேண்டியதில்லை' கதையும் காதல் கதைதான். அசோகமித்திரன் எழுத்துக்களில் தொடர்ந்து வரும் திரைக்களம்.

கதையின் ஒருவகைச் சுருக்கம் இது: டெல்லி டிராமா இன்ஸ்ட்யூட்டில் நடிப்புப் பயின்றவர்கள் சந்தரும் சுஜாதாவும். சென்னையில் அரசு உதவியுடன் நடக்கும் நடிப்புப் பள்ளி ஒன்றில் நடிப்புச் சொல்லித் தருகிறார்கள். வருமானம் சொல்லிக் கொள்ளும்படி இல்லை. சந்தர் தன் குடும்பத்தாரோடு வசிக்கிறான். சுஜாதா விடுதியில் தங்கியிருக்கிறாள். இருவருக்கும் காதல். ஆனால் பொருளாதாரக் காரணத்தால் திருமணம் செய்துகொள்ளத் தயங்குகிறார்கள். சந்தருக்குத் திரைப்படத்தில் நடிக்கும் வாய்ப்பைப் பெற்றுத் தர சுஜாதா முயல்கிறாள். அவளுடைய சித்தப்பா பையன் பிரகாஷ் ராவ் ஒரு திரைப்படக் கம்பெனியில் ஸ்டூடியோ புரோகிராம் மானேஜராக வேலை செய்கிறான். அவனைச் சந்தித்து வாய்ப்புக்கு முயல்கிறார்கள். அவன் திரைப்பட இயக்குநர் ஒருவரிடம் அழைத்துச் செல்கிறான். சந்தரை இயக்குநர் கவனிக்கவே இல்லை. சுஜாதாவைக் கதாநாயகி ஆக்குவதாகப் பேசுகிறான். அங்கிருந்து வெளியேறியதும் சந்தர் மிகவும் மனம் பாதிக்கப்பட்டவனாக நடந்துகொள்கிறான். சுஜாதாவைப் புறக்கணிக்கிறான். அவனைத் தொடர்ந்து வரும் சுஜாதாவை வெளியில் நிற்க வைத்துக் கதவைச் சாத்துகிறான் சந்தர். சிறிது நேரம் கழித்துக் கதவைத் திறந்து பார்க்கிறான். அவள் இல்லை. அவன் எண்ணங்கள் ஓடி முடிகின்றன. எப்போதாவது அவள் சேலைக்கு இஸ்திரி போட்டுத் தருவது அவன் வேலை. இனி இஸ்திரி போட வேண்டியதில்லை என்பதோடு கதை முடிகிறது.

இது கதையை அறிமுகப்படுத்த வேண்டி எழுதப்பட்ட சுருக்கம். கதை பல தளங்களையும் மனிதர்களையும் விரிவாகத் தொட்டுச் செல்லும் கூர்மையான மொழியில் எழுதப்பட்டுள்ளது. கதை மூன்று பிரிவாக அமைந்துள்ளது. சந்தரும் சுஜாதாவும் பிரகாஷ் ராவை ஸ்டூடியோவில் சந்திக்கும் காட்சி முதல் பகுதி. மூவருமாக இயக்குநரைப் பார்த்துப் பேசுவது இரண்டாம் பகுதி. அதன் பின் இருவருக்குள்ளும் நடக்கும் ஊடலும் பிரிவுமான மூன்றாம் பகுதி. கதை சந்தரின் கோணத்திலேயே எழுதப்பட் டுள்ளது.

கதைக்குள் அமைந்திருக்கும் சிறுசிறு நுட்பங்கள் பல. சந்தர் தொடக்கத்தில் இருந்து திரைப்பட முயற்சியில் அத்தனை ஆர்வம் இல்லாதவனாக இருக்கிறான். சுயகௌரவம் பார்ப்பவனாக இருக்கிறான். சுஜாதாவின் வற்புறுத்தலுக்காகச் செல்கிறான். அவனுக்கு அந்த மனிதர்கள், இடம், பேச்சு அனைத்தும் இயல்பற்றவையாகவே இருக்கின்றன. பிரகாஷ் ராவ் உள்ளே இருந்துகொண்டே 'இல்லை' என்று சொல்லியனுப்புகிறான். இரண்டு முறை அப்படி நடக்கிறது. அவனைப் பார்க்க உள்ளே போய் அறைக்குள் உட்கார நேரும்போது சந்தர் படும் அவஸ்தை கதையில் முக்கியமானது. அதைப் பற்றி வரும் பகுதி:

'சந்தர் அமர்ந்திருந்த நாற்காலி வெளிக்கதவைப் பார்த்த மாதிரி இருந்தது. நாற்காலியில் உட்கார்ந்த பின்னர், சந்தர் தன்னால் இயன்ற வரையில் முதுகை முறுக்கிக்கொண்டு பிரகாஷ் ராவைப் பார்த்த மாதிரியான நிலையில் தன்னை இருத்திக்கொண்டான். நாற்காலி குழிவாக இருந்ததால் அப்படி உட்காருவது சிறிது சிரமமாகத்தான் இருந்தது.'

அறையின் நிலையைக் காட்சியாக்கும் பகுதியிலும் சந்தரின் பார்வை வெளிப்படுகின்றது. அவனுக்கு அங்கு எதுவுமே இயல்பாக இல்லை. தரையில் ஒரு மூலையில் மூன்று நான்கு தம்ளர்கள் – காபி குடித்தது – அப்படியே கழுவப்படாமல் இருந்தன. காபி கொண்டு வந்த பையன் ஒரு கெட்டிலைக் கீழே வைத்துவிட்டு அங்கே அறையில் இருந்த காபி தம்ளரைக் கழுவிக்கொண்டு வர எடுத்துப் போனான். சந்தருக்குக் காபி குடிக்க வேண்டாம் போலிருந்தது. இந்த இரண்டும் வருமிடங்கள் வேறு வேறு. உரையாடலின் போக்கிற்கு ஏற்ற வகையில் இவை சொல்லப்பட்டுள்ளன. சந்தர் எப்படிப்பட்டவன் என்பதை எந்த இடத்திலும் ஆசிரியரின் கூற்றாக எதுவும் சொல்லவில்லை. அவனது சிறுசிறு செயல்களின் வழியே அவனை உணர்த்துகிறார்.

போகிற போக்கில் கிண்டலாய் எழுதிச்செல்லும் ஒரு வரி பெரிய விமர்சனமாய் நிலைத்துவிடும். நாடகப் பள்ளியில்

படித்துவிட்டு வந்து நடிப்பு சொல்லிக் கொடுக்கும் அவர்களைப் பற்றிய கிண்டல் கதைக்குள் இவ்விதம் அமைகிறது: 'நாடகத்தில் கைக்குட்டையை நழுவ விடுவது போல ஒரு காட்சி வந்தால் எப்படிக் கைக்குட்டையை உணர்ச்சி ததும்ப நழுவ விடுவது என்று சொல்லிக்கொடுத்துக் கொண்டிருந்தான். கைக்குட்டை மிகவும் அழுக்கடைந்து விட்டிருந்தது.'

திரைப்பட இயக்குநர் சித்தார்த்தாவைப் பற்றி அறிமுகப்படுத்தும்போது வரும் வரிகளில் உள்ளோடும் கிண்டல் ரசனையானது. அவ்வரிகள் இவை: 'அவன் படம் முடியும் வரையில் அப்படத்தில் கதாநாயகியாக நடிப்பவள் ஏதோ சொக்குப் பொடி போடப்பட்டவள் போல வீடு, வாசல், கணவன், தாய் எல்லாவற்றையும் உதறித் தள்ளிவிட்டு சித்தார்த்தாவே சகலமும் என்றிருப்பாள். சித்தார்த்தாவின் படங்களில் நடிப்பு மிகவும் சிறப்பாக அமைவதற்கு இதையும் ஒரு காரணமாகச் சொல்வார்கள்.'

கதை முழுக்க இத்தகைய நுணுக்கங்கள் அமைந்திருப்பதை விவரிக்கலாம். அது இப்போது நோக்கமல்ல. கதையின் முடிவில் வாசகருக்குக் கிடைக்கும் பொருள் பற்றிப் பார்க்கலாம். சுஜாதாவுக்கு வாய்ப்புக் கிடைத்துவிட்டதால் பாதிக்கப்பட்ட சந்தரின் ஈகோ அவளைக் கடித்துக் குதறி விரட்டிவிடுகிறது என்றுதான் கதைப்பொருளைச் சொல்ல முடியும். கதைமுடிவில் வாசகருக்குக் கிடைக்கும் சந்தரைப் பற்றிய சித்திரம் இதுதான்: சந்தர் கர்வி, திமிர் பிடித்தவன், யாரையும் மதிக்காதவன், சகிப்புத்தன்மை அற்றவன், குரூரம் கொண்டவன். குறிப்பிட்ட பாத்திரத்தின் கோணத்தில் செல்லும் கதை ஒன்றில் அப்பாத்திரம் பற்றிய சித்திரம் இவ்விதம் எதிர்மறையாக உருவாவது சிரமம். அது இக்கதைக்குள் எந்தச் சிரமமும் இன்றி நடந்திருக்கிறது.

ஆனால் இப்பாடுபொருளின் புறத்தே தோன்றும் பொருள் வேறு. கதைக்குள் வரும் கருப்பொருள்கள் அதாவது கதை நிகழும் களத்தில் பயன்படுபொருள்கள் சார்ந்து எளிமையான ஒரு பயணத்தை மேற்கொண்டால் புறத்தே தோன்றும் இன்னொரு பொருளை அடையலாம். சுஜாதா பற்றிய தொடர் குறிப்புக்களில் அவள் புடவை பற்றி வருகிறது.

முதல் குறிப்பு: 'ஒரு கணம் சந்தருக்கும் அவளைப் பார்க்கப் பரிதாபமாக இருந்தது. அவள் புடவை இரண்டு இடங்களில் நூல் நைந்து போய்க் கிழிந்திருந்தது அவனுக்குத் தெரியும். அன்று பிற்பகலில்தான் அந்தப் புடவைக்கு அவன் கோணலும் மாணலுமாக இஸ்திரி போட்டுக் கொடுத்திருந்தான். அதை

அவள் வெகு சாமர்த்தியமாகக் கட்டிக்கொண்டு அதிகம் கசங்காமலே வைத்துக்கொண்டிருந்தாள்.'

'அந்த ஓட்டல் வாசற்படியை அவள் கடக்கும்போது அங்கே இருந்த பிரகாசமான விளக்குகள், அவள் புடவை லேசாகக் கிழிய ஆரம்பித்திருப்பதைக் காட்டின. அநேகமாக அவள் புடவைகள் எல்லாமே அந்த நிலையில்தான் இருந்தன. அவள் புதிதாகத் துணிமணி எடுத்து வெகுநாட்கள் ஆகியிருக்க வேண்டும்.'

'எப்போதோ ஒரு சமயத்தில் மட்டும் புடவைக்கு அவனை இஸ்திரி போட்டுத் தருமாறு கேட்டுக்கொள்வாள். அவனே அப்படிச் செய்து தருவதாக ஒப்புக் கொண்டிருந்தான். அந்த வார்த்தையை மட்டும் அவன் மாதத்தில் ஒருமுறை இருமுறை காப்பாற்றினால் போதும்.'

'துணிக்கு இஸ்திரி போடும்போது மூச்சுத் திணறும். அப்படி இருந்தும் அவனாகவே ஒரு காலத்தில் சுஜாதாவின் புடவைகளுக்கு இஸ்திரி போட்டுத் தரும் பொறுப்பை ஏற்றுக் கொண்டிருந்தான். ஆனால் இப்போது ஐந்தாறு மாதமாகவே என்றோ ஒருநாள்தான் அதற்குச் செளகரியப்பட்டுக் கொண்டிருக் கிறது. அது தெரிந்துதான் சுஜாதாவே அவனிடம் அதிகம் தருவது கிடையாது. இனி தரவே மாட்டாள்.'

'சந்தருக்கு இன்னொன்றும் தோன்றிற்று. இனிமேல் புடவைகளுக்கு அவன் இஸ்திரி போட வேண்டியிருக்காது.'

கதைக்குள் இவ்வாறு அவள் புடவை குறித்தும் இஸ்திரி போடுவது குறித்தும் வருவதற்குக் காரணம், சுஜாதாவின் நிலையையும் அவளுக்கும் சந்தருக்கும் இடையேயுள்ள உறவு நெருக்கத்தையும் உணர்த்துவதுதான். இருவரும் தம் வாழ்வின் பொருளாதார எதார்த்தத்தை எப்படி வெளியே மறைத்து வாழ்கிறார்கள் என்பதற்குப் புடவை குறியீடு. அவர்களின் உறவுக்குள் இருக்கும் நெருக்கம், பிணக்கு, பிரிவு ஆகியவற்றுக்கும் அதுவே குறியீடு. கடைசியில் 'இனிமேல் புடவைகளுக்கு அவன் இஸ்திரி போட வேண்டியிருக்காது' என்னும் முடிவில் தொனிப்பது அந்த வேலையில் இருந்து விடுபடுவதால் கிடைக்கும் நிம்மதியா, இனி அத்தகைய வாய்ப்பில்லை என்பதால் ஏற்படும் வருத்தமா? நிச்சயம் வருத்தம்தான்.

அவர்களுக்குள் ஐந்தாறு மாதமாகவே உறவு அவ்வளவு இயல்பாக இல்லை என்பதையும் புடவை உணர்த்துகின்றது. அது சந்தர் திட்டமிட்டு உருவாக்கியதாகவும் இருக்கலாம்.

நைந்த புடவைகளுக்கு இஸ்திரி போடுவதில் அவனுக்கு நேரும் சங்கடமும் சேர்ந்திருக்கும். இவற்றிற்கெல்லாம் கதைக்குள் இடம் இருக்கிறது. சந்தருக்கு அவளைப் பார்க்கும்தோறும் அவள் புடவை பற்றிய பார்வையும் நினைவும் வந்துகொண்டேயிருக்கின்றன. சில சமயங்களில் 'பாவம் சுஜாதா' என்று அவன் எண்ணுவதும் தெரிகிறது. திரைப்பட இயக்குநரைச் சந்தித்து வந்தபின் சந்தருக்கும் அவளுக்கும் சண்டை ஏற்படுகிறது. அப்படிச் சொல்வதுகூட சரியல்ல. சந்தர் அவளிடம் சண்டை போடுகிறான். அவனுக்கு வாய்ப்புக் கேட்டுப் போன இடத்தில் அவளுக்கு வாய்ப்புக் கொடுப்பதாக இயக்குநர் சொன்னதால் அவனுக்கு ஏற்பட்டிருக்கும் மனப் பாதிப்பை அவள் புரிந்துகொண்டு அவனைச் சமாதானப்படுத்த எவ்வளவோ முயல்கிறாள். அவன் இடம் கொடுக்கவில்லை.

'உன்னை விரும்பித் தேடி அலைந்து ஒருவன் வருஷக் கணக்காக ஏங்கிக்கொண்டிருக்கிறான்' என்றும் 'நான் வெறுமனே ஒரு காரணம். உன்னை உன் சித்தப்பா பிள்ளை அழைத்துக் கொண்டு போனான். சித்தப்பா பிள்ளைதானே அவன்? ஒரு பெண்ணை மட்டும் தனியே அழைத்துக்கொண்டு போக அவனுக்குக்கூடக் கொஞ்சம் கூச்சமாக இருக்காதா?' என்றும் அவள் மனம் புண்படும்படியான சொற்களைக் கூர்மையாகப் பயன்படுத்துகிறான். 'கதவை இழுத்துச் சாத்து' என்று அவளைப் புறக்கணித்து வெளியேற்றுகிறான். சுஜாதா சொல்கிறாள்: 'சீ, உன் புத்தி வெறும் சாக்கடையாகி விட்டது.'

கதையை வாசிக்கும் அனைவருக்கும் முதலில் தோன்றுவது இதுதான். சுஜாதாவுக்குக் கிடைத்திருக்கும் வாய்ப்பைச் சந்தரால் பொறுத்துக்கொள்ள இயலவில்லை என்பதுதான். அவளது புடவை பற்றித் தொடர்ந்து யோசித்துக்கொண்டிருப்பவன் சந்தர். அவளுக்கு மாற்றுப் புடவை வாங்கித் தர அவனால் இயலாது. காபி குடிப்பதற்குக் கூட அவள்தான் செலவு செய்ய வேண்டியிருக்கிறது. அவளை அவமதித்துக் கேவலப்படுத்தி அனுப்பியபின் சந்தர் என்ன செய்கிறான்? ஒருவேளை அவள் செல்லாமல் வெளியில் நிற்பாளோ என்னும் எதிர்பார்ப்பில் சத்தமே எழுப்பாமல் தாழ்ப்பாளைத் தளர்த்திக் கதவை மெதுவாகத் திறந்து பார்க்கிறான். அவள் போய்விட்டாள். அவள் பத்திரமாகப் போய்ச் சேர்ந்துவிடுவாளா என அவன் யோசிக்கிறான்.

அதை அவன் யோசிப்பதாக ஆசிரியர் சொல்லவில்லை. அந்த யோசனையை விவரிக்கிறார். இரவு பதினொன்றே காலுக்குக் கூட ஒரு ரயில் உண்டு. ஹாஸ்டல் வாட்சுமேன்

                                        பெருமாள்முருகன்

கதவைத் திறந்துவிடுவான். இவையெல்லாம் அவனுக்குத் தோன்று கின்றன. அதற்குப் பிறகுதான் அவனுக்கு மார்பு படபடப்பு, மூச்சு இரைப்பு எல்லாம் அடங்கின. அதற்குப் பின் அவனுக்கு ஓடும் யோசனைகள் மிக முக்கியமானவை. தான் இல்லாவிட்டால் அவளுக்கு வந்திருக்கும் சினிமா வாய்ப்பை ஏற்றுக்கொள்வது ஏதோ பெருங்குற்றம் போல அவளுக்குத் தோன்றாது என்று நினைக்கிறான். சுஜாதா போனது பெரிய இழப்புத்தான் என்று தோன்றுகிறது. இருவருக்கும் ஏற்பட்ட சண்டை நல்லது என்ற எண்ணம் வருகிறது.

அவளுடைய புடவையைப் பற்றித் தவிர்க்க முடியாமல் நினைக்கும்படி நேரும் அவன் உண்மையிலேயே அவளைக் காயப்படுத்தினானா, அவளுடன் சண்டை போட்டானா? அப்படியானால் அவள் போய்விட்டாளா என்று எதற்குத் திருடனைப் போலப் பார்க்க வேண்டும்? அவளுக்குக் கிடைத்த வாய்ப்பு பற்றிய பொறாமை அவனுக்கு இருக்குமானால் சண்டை போட்ட படபடப்பு உடனடியாக அவனுக்கு எப்படி நீங்கும்? நிதானமாக யோசிக்க முடியுமா? சந்தரின் செயல்கள் எல்லாம் அதாவது அவன் அவளை நோக்கிக் கூர்மையான வார்த்தை களை வீசிக் காயப்படுத்தியது, புறக்கணித்து விரட்டியது எல்லாமே அவளுடைய நன்மைக்காக அவன் நடத்திய நாடகம். தன்னுடன் அவளிருந்தால் நல்ல வாய்ப்பை ஏற்க மாட்டாள், குற்ற உணர்வினால் பழைய நிலையிலேயே இருப்பாள். ஆகவே அவளை அதை ஏற்கச் செய்ய அவன் போட்ட திட்டம்.

எல்லாம் நடிப்பு. பாவம் சுஜாதா, ஏமாந்து போனாள். சந்தரைப் பிரகாஷ் ராவுக்கு அறிமுகப்படுத்தும்போது 'ரொம்ப நல்ல நடிகர்' என்று சுஜாதா சொல்வாள். உண்மையில் அதைச் சந்தர் நிரூபித்துவிட்டான். இக்கதைக்குள் அசோகமித்திரன் காட்டும் சுஜாதாவின் புடவை நுனியைப் பிடித்தபடி சென்றால் கிடைக்கும் இறைச்சிப் பொருள் 'சந்தர் ரொம்ப நல்ல நடிகர்' என்பதுதான்.

# வரலாற்றிற்கு அப்பால் அன்றாடம்: அசோகமித்திரனின் அழகியல் காட்டும் மீட்சி

ராஜன் குறை

அசோகமித்திரனின் "இன்று" நாவலை முன்வைத்து அவரது அழகியலைக் குறித்து எழுத நான் ஆர்வம் கொள்வதற்குப் பின்புலமாக இரண்டு தொடர்ந்த ஈடுபாடுகளும், மூன்று நிகழ்வுகளும் உள்ளன. முதல் ஈடுபாடு அசோகமித்திரனின் புனைவுகள் மீதானது. சிறுபத்திரிகைச் சூழலுக்கு அறிமுகமாகும் முன்பே நூலகங்களில் அவருடைய கதைகளைப் படித்திருந்தேன் என்றாலும் அதற்குப் பிறகு உருவான இலக்கியப் பயிற்சியின் ஊடாக அவர் எழுத்தின் முக்கியத்துவத்தை உணரத் தொடங்கினேன். என்னுடைய தனிப்பட்ட அனுபவத்தில் அவருடைய கதைகள் எனக்கு அளித்தது ஒருவிதமான விடுதலையுணர்வு என்றுதான் இன்று யோசித்துப் பார்க்கையில் தோன்றுகிறது. அவருடைய "குதூகலம்" கதையில் உடலைவிட்டுப் பிரிந்த உயிர் உலகைப் பார்ப்பது போல அவருடைய கதைகளை வாசிப்பதன் மூலம் வாழ்வின் நுட்பமான அசைவுகளை விலகி நின்று

பார்க்கும் அனுபவம் வாய்த்ததால் கிடைத்த உணர்வாகக்கூட அது இருக்கலாம். அதனால் பல சந்தர்ப்பங்களில் அவருடைய கதைகள் அவநம்பிக்கை சார்ந்தவை, மத்தியதர வர்க்கத்து அவலமான, அபத்தமான வாழ்க்கையைக் கூறுபவை என்றெல்லாம் நண்பர்கள் சொல்லும்போது அவற்றை ஏற்றுக் கொள்ள முடிந்ததில்லை. இந்த வகையில் அவருடைய புனைவுலகை, எழுத்தை எப்படிப் புரிந்துகொள்வது என்ற நீண்ட நாள் தொடர் ஈடுபாடு முதலாவதும், முக்கியமானதுமாகும்.

இரண்டாவது தொடர் ஈடுபாடு கடந்த பத்தாண்டுகளில் உருவானது. அது காலம், வரலாறு, கதையாடல் ஆகியவற்றிற்கு இடையிலான தொடர்புகள் குறித்த சமகாலத் தத்துவார்த்த ஆய்வு. குறிப்பாக தெல்யூஸ், பால் ரிகெளர் ஆகிய இருவரையும் இணைத்து வாசிக்க நான் செய்துவரும் முயற்சிகள். இந்த இரண்டையும் தவிர மூன்று நிகழ்வுகளை இங்கே சுருக்கமாக நினைவுகூர விரும்புகிறேன்.

1989/90ஆம் ஆண்டு வாக்கில் திருச்சி தமிழ் இலக்கியக் கழகத்தில் அசோகமித்திரனின் "இன்று" நாவல் குறித்து பேசினேன். தனிப்பட்ட முறையில் என்மீது பெரியதொரு தாக்கத்தை ஏற்படுத்திய படைப்பு இது. ஆனால் எனது அன்றைய மனநிலையில் இந்த நாவல் கடுமையான போதாமைக்கு ஆட்பட்டிருப்பதாக எனக்குத் தோன்றியது. முன்னூறு அடி ஓவிய கேன்வாஸை வண்ணங்களாலும், வடிவங்களாலும் இட்டு நிரப்பாமல் மெல்லிய பென்சிலால் ஆங்காங்கே சில கோட்டோவியங்கள் வரைந்திருப்பது போலத் தோன்றியது. டால்ஸ்டாயைத் தொடர்ந்து மேற்கோள் காட்டும் நாவல் டால்ஸ்டாயைப் போன்ற வர்ணனை விரிவுகொள்ள வேண்டாமா என்பது என் வாசக ஏக்கமாக இருந்ததால் அதற்கான அக, புறக் காரணங்களை யோசிப்பதாகவே என் பேச்சு அன்று அமைந்தது. ஆனால், பேராசிரியர் ஆல்பர்ட் இது ஒரு முழுமையான படைப்பு என்று வாதிட்டார். என்றாவது ஒரு நாள் இந்த நாவலின் அழகியல் அடிப்படையைப் புரிந்துகொள்ள வேண்டும் என்று எனக்கொரு விருப்பம் தோன்றியது.

இரண்டாவது நிகழ்வு 1994ஆம் ஆண்டு சென்னையில் நடந்த ஒரு வித்தியாசமான கூட்டம். அழகியசிங்கர் ஏற்பாடு செய்திருந்த அந்தக் கூட்டத்தில் நாகார்ஜுனன் சமகால நவீனத் தமிழ் இலக்கியத்தின்மீது ஒரு விமர்சனத்தை எழுப்பி அதற்கு அசோகமித்திரனின் எழுத்தை முன்னுதாரணமாக வைத்துப் பேசினார்; அதன் பிறகு அசோகமித்திரன் அதைக் குறித்துப் பேசினார். என் நினைவிலிருந்து சொன்னால்,

நாகார்ஜுனன் அன்று எழுப்பிய முக்கிய கேள்வி, ஏன் நவீனத் தமிழ் இலக்கியம் தமிழகத்தின் இலக்கிய, கலாசாரப் பாரம்பரியங்களுக்கு முகம் கொடுத்து அவற்றைப் படைப்புகளில் உட்செரிக்கவில்லை என்பதாகும். நாகார்ஜுனன் பார்வையில் புதுமைப்பித்தன் பட்டினப்பாலையிலிருந்து சில தகவல்களை எடுத்துச் சிறுகதைகளில் கையாண்டிருந்தாலும் அந்தப் போக்கு வலுவடையவில்லை; வேறு யாரும் பண்டைய இலக்கிய வேர்களை நாடிச் செல்லவில்லை. நாகார்ஜுனன் அந்தச் சமயத்தில் நவீனத்தின் மீது கடும் விமர்சனம் கொண்டிருந்தார். நவீன மனிதன் இறந்த காலமற்று தன்னைப் புத்துருவாக்கிக்கொள்ளலாம் என்று நினைப்பது குறித்து வெறுப்பு கொண்டிருந்தார். அதன் தொடர்ச்சியாக இலக்கிய ஆக்கங்களிலும் மரபின் தொடர் இழைகள் குறித்த ஒரு எதிர்பார்ப்பை முன்வைத்தார்.

நாகார்ஜுனன் அவருடைய பிரச்சினையை எழுப்ப அசோகமித்திரன் எழுத்தை முன்னுதாரணமாக்கியதை என்னால் ஏற்க முடியவில்லை. அசோகமித்திரன் என்ன சொன்னார் என்பதைக்கூடக் கவனிக்க முடியாதபடி மனம் குமைந்து போயிருந்தேன். ஏனெனில் அசோகமித்திரனின் அழகியல் அடிப்படைகளுக்கு இந்தக் கேள்வி பொருந்தாது என்பதே என் எண்ணமாக இருந்தாலும் அதை எப்படிப் பேசுவது என அன்று எனக்குத் தெரியவில்லை.

மூன்றாவது நிகழ்வு, ஜெயமோகன் 1999இல் 'அசோகமித்திரனின் படைப்புலகுக்கு ஒரு வாசல்' என்ற தலைப்பில் எழுதிய கட்டுரை. இன்றும் அவர் வலைதளத்தில் அது காணக்கிடைக்கிறது. பொதுவாகக் கோபம், வருத்தம் ஆகிய இரண்டு உணர்ச்சிகளும் என்னிடம் வற்றாமல் இருக்கச் செய்யும் ஆற்றல் அவர் கட்டுரைகளுக்கு உண்டு. இந்தக் கட்டுரையும் விதிவிலக்கல்ல. ஜெயமோகனுக்கு அசோகமித்திரனைப் பற்றி நல்லபடியாக எழுதவேண்டும் என்ற விருப்பம் இருந்தாலும் அவருடைய கொச்சையான ஹெகலிய தத்துவப் புரிதலில் அதை எப்படிச் செய்வது என்று தெரியாமல் தடுமாறியதில் பிழையான, தேவையற்ற பல முன்முடிவுகளை நோக்கித் தள்ளப்படுகிறார். உதாரணமாக அசோகமித்திரனின் தார்மீக உணர்வு மேற்கத்திய தன்மை கொண்டது என்று கூறுமளவு சென்றுவிடுகிறார். ஏனெனில் அசோகமித்திரன் தன் கதைகளில் காட்டும் எளிய மனிதன் மேற்கத்திய லிபரல் ஜனநாயகம், வெல்ஃபேர் ஸ்டேட் எல்லாம் உருவாக்கிய மனிதன் என்பது அவருடைய முடிவு. அசோகமித்திரன் பிரவாகத்தைப் பார்ப்பதில்லை என்று

பலமுறை புலம்பும் ஜெயமோகன் அவர் ஒரு புழு நதியைப் பார்ப்பதுபோல நதியின் ஒரு துளியைத்தான் பார்க்கிறார் என்று உருவகம் செய்கிறார். அந்தத் துளியில் நதியின் பிரம்மாண்டம் தெரிந்தால்கூடப் பிரவாகம் நிலை மாறுதலாகத்தான் தெரிகிறது என்கிறார். முத்தாய்ப்பாக, நவீன கால நகர்புற மத்தியதர வர்க்கக் குடிமக்களின் சுய வர்க்கக் குரல் என்று அவர் கதைகளைப் புரிந்துகொள்வதே அவருடைய படைப்புலகின் வாசல் என்கிறார். இத்தகைய கருத்து அசோகமித்திரன் கதைகளின் அழகியல் தளத்தை மிக மோசமாகச் சுருக்கிவிடுகிறது. ஜெயமோகனின் பல கட்டுரைகளைப் போல இந்தக் கட்டுரைக்கும் மறுப்பு எழுதவேண்டும் என்று நான் நினைத்திருந்தாலும் இதுவரை சந்தர்ப்பம் அமையவில்லை.

மேற்குறிப்பிட்ட இரண்டு தொடர் ஈடுபாடுகள், மூன்று நிகழ்வுகளின் தாக்கங்கள் ஆகியவற்றின் அடிப்படையில் இந்தக் கட்டுரையில் நான் விவாதிக்க விரும்பும் முக்கிய கருத்தாக்கம் அன்றாடம் என்பதாகும்.

### அன்றாடம் என்றால் என்ன?

அன்றாடம் என்பது என்னைப் பொறுத்தவரை மிக முக்கியமான கருத்தாக்கமாகும். தினசரி அல்லது நாள்பாடு என்று சொல்வதற்கு ஒப்பானது என்றாலும், நாள் என்றவுடன் நாம் சூரிய உதயம், அஸ்தமனம் என்ற அடிப்படையில் யோசிப்பதையோ, தினம் என்றவுடன் செயலுடன் இணைத்து யோசிப்பது போலவோ அன்றி காலத்தின் மாறுபட்ட பண்பை, பரிமாணத்தைச் சுட்டுவதாக நான் அன்றாடம் என்ற கருத்தாக்கத்தை உபயோகிக்கிறேன். அன்றாடம் என்பது நாட்காட்டியோ கடிகாரமோ கிடையாது. பேரண்டத்தின் பண்பான ஓயா சலனத்தின் வாழ்வியல் பரிமாணமே அன்றாடம். அது கதையாடல் வகைகளால் கற்பித்துக்காட்டும் வரலாறு என்பதன் உள் அலகு அல்ல. அதாவது, வரலாற்றைப் பிரித்துப் போட்டால் கிடைக்கும் துகள்கள் அல்ல அன்றாடம். அது எல்லையற்ற காலத்தின் தளம். அன்றாடத்தின் பரப்பில் உருவகிக்கப்படும் சிறு கோடுகளே வரலாறு, அதன் பிரவாகம்தான் எல்லாம். ஒரு கரும்பலகையில் சாக்பீஸால் சில கோடுகள் போட்டு அழித்துவிட்டால் அந்தக் கோடுகளின் தடம் லேசாகப் பதிந்திருப்பதைப் பார்க்கலாம். நாட்பட நாட்பட அந்தப் பலகை முழுவதுமே இப்படிப்பட்ட தடங்களால் நிறைந்திருக்கும். 'அன்றாடம்' அந்தப் பலகை என்றால், அதில் எழுதி அழிக்கப் பட்ட கோடுகளின் மங்கிய தொடர்ச்சியற்ற தடங்களே வரலாறு

எனலாம். அசோகமித்திரனின் அழகியல் அந்த மங்கிய தடங்களைக் கொண்ட பரப்பான அன்றாடத்தையே காட்ட முனைவதால் வண்ணங்களாலும் வடிவங்களாலும் நிரம்பிய ஓவியங்களை வரைவதில்லை எனலாம். இதுவே "இன்று" குறித்த அன்றைய என் விமர்சனத்திற்கான இன்றைய பதில்.

அதேபோல புனைவின் கதையாடலை வரலாற்றுக் கதையாடலுக்குப் பதிலீடாக்கும் கலைஞர்கள்தான் நாகார்ஜுனன் விரும்புவதுபோல இலக்கியப் பாரம்பர்யம், மரபு போன்றவற்றைப் பரிசீலிப்பதில் அர்த்தமிருக்கும். அன்றாடத்தின் விரிவில் அதற்குப் பெரிய அர்த்தங்கள் ஏதும் கிடையாது. அன்றாடம் ஓர் அணு. அண்டத்தின் சிறு வார்ப்பு "இன்று" நாவலின் தருணங்கள்.

இதை நாம் புரிந்துகொள்ள அசோகமித்திரனின் "இன்று" நாவலில் ஒலிக்கும் பல கதைசொல்லிக் குரல்களில் ஒன்றினைக் கவனிக்கவேண்டும். உரைநடையிலிருந்து விலகித்தெரிவதற்காகக் கவிதையாக வடிவம் கொண்டிருக்கும் இந்தக் குரல் ஒரு முக்கிய நிகழ்வைக் கூறுகிறது. தலைப்பு "காலத்தின் நீளம்". முன்னிரவு நேரத்தில் சென்னையில் சைக்கிளில் செல்லும் ஒருவன் முன் லாரி ஒன்று வருகிறது. இவன் மனதிலும் சுமைகள்; லாரியிலும் சுமை. ஒரு கணம் சைக்கிளை லாரியை நோக்கித் திருப்பினால் என்று தோன்ற, கணத்திலும் சிறு பகுதியான கால அணு ஒன்றில் ஏதோவொன்று திருப்பாமல் தடுக்க இவன் அந்தக் கால அணுவின் இருபதாண்டுகால நீட்சியாகத் தன்னைப் பார்க்கிறான். "நானிருக்கும் வரை காலமே அணு" என்று முடிகிறது கவிதை.

இந்த நிகழ்வுப்பதிவு தெளிவாக்குவதைப் போல அசோகமித்திரன் பாத்திரங்கள் தனி நபர்களல்ல; தனி இருப்புகள். சமூகத்தின் துளிகளல்ல; காலத்தின் துளிகள். அன்றாடம் என்னும் கால நீட்சியின் அணுக்களான, நிகழ்வுகளான அவர்களைச் சமூகத்தின் துளிகளாகவும், சமூக இயக்கச் சித்திரமான வரலாற்றின் துளிகளாகவும் பார்ப்பதுதான் ஜெயமோகனின் பிழை. வேறு வார்த்தைகளில் சொன்னால் காலத்தை உள்ளீடாகக் கொண்ட தனி இருப்புகளாக மனிதர்களைப் பார்ப்பது அகண்ட பிரம்மாண்டமான பார்வை. வரலாற்றை உள்ளீடாகக் கொண்ட செயலிகளாகப் பார்ப்பது திறப்புகளற்ற குறுகிய பார்வை.

அசோகமித்திரனுடைய அழகியலின் முக்கியத்துவம் அன்றாடத்தின் பிரதிமங்களான அவருடைய பாத்திரங்களை வரலாறாக உருவகம் கொள்ளும் சமூக இயக்கத்தில் வைத்துப்

பார்ப்பது. அது அவர்களுக்குப் பொருந்துவதில்லை. குழந்தைகளின் ஆடை களைப் போட்டுக்கொள்ளும் பெரியவர்களைப் போலவோ, அல்லது பெரியவர்களின் ஆடைகளுக்குள் தங்களை நுழைத்துக்கொள்ளும் குழந்தைகள் போலவோ அவர்கள் அபத்தமாகக் காட்சி தருகிறார்கள். அதனால் ஏற்படும் எல்லா அவஸ்தைகளையும் உபாதைகளையும் கடந்து அவர்கள் வாழ்வியக்கம் கொள்ளும்போது அன்றாடத்தின் மடியில் அமைதியடைகிறார்கள். ஏனெனில் அன்றாடம் என்பதே வாழ்வின் மீது பற்றுதான். அந்த சைக்கிளை ஒரு கால அணுவில் லாரியிலிருந்து திருப்பிய பற்றுதான் அன்றாடத்தின் இன்றியமை யாத பரிமாணம். அதே அன்றாடத்தின் காருண்யம்தான் ஐந்தாவது மாடியின் கைப்பிடிச் சுவரிலிருந்து குதிக்கும் சீதாவின் தலை தரையில் மோதிச் சிதறுவதற்கு ஒரு நொடி முன்னமே அவள் உயிரைப் பறித்துவிடுகிறது.

அசோகமித்திரன் புதினங்களிலேயே மிகவும் கசப்பான, தீவிரமான அவலச்சுவை கொண்ட எழுத்தென்று "இன்று" நாவலைச் சொல்லலாம். அதிலும் சீதாவின் தற்கொலை போன்ற கையறு நிலையின் உச்சத்தை யோசித்துப் பார்ப்பதே கடினம். மனித ஏற்பாடுகளின் குரூரமும் அபத்தமும் அர்த்தமின்மையும் சோகமும் அவலமும் சிறு சிறு வாழ்க்கைச் சித்திரங்களாகப் பக்கத்திற்குப் பக்கம் திணறடிக்கும் இந்த நாவல்தான் நெருக்கடி நிலை என்று இந்திய வரலாற்றில் அறியப்பட்ட அரசியல் நிகழ்வின் பதிவு. இது எந்த அரசியலைப் பேசுகிறது? ஏன் டால்ஸ்டாயைத் தொடர்ந்து சுட்டுகிறது?

நாவலின் தொடக்கத்தில் ஆர்.எஸ்.எஸ். இயக்கத்தின் கோட்பாட்டாளர்களில் ஒருவரான தீனதயாள் உபாத்யாயாவின் அசம்பாவித மரணம் பற்றிய குறிப்பொன்று வருகிறது. அவர் பெயரிலுள்ள தெருவினைத் தேடியலையும் ஒருவனது நினைவாக அதைப் பார்க்கலாம். நாவலின் இறுதியில் ஒரு கட்டத்தில் ஆர்.எஸ். எஸ் இயக்கத்தில் தொடர்பு கொண்டவர்கள் இருவர் பேசிக் கொள்கிறார்கள். அவர்களில் ஒருவன் போலீஸ் வன்முறையால் பாதிக்கப்பட்டு, பின்னர் நம்பிக்கையிழந்து இயக்கத்திலிருந்து விலகியவன். 1980ஆம் ஆண்டு பொதுத்தேர்தல் முடிந்து இந்திரா காந்தி மீண்டும் பிரதமர் ஆவதற்கான சாத்தியங்கள் தென்படும் சூழலில் அவனிடம் மற்றவன் "அர்த்தம்! நாம் தேடத்தேட அது நழுவிக்கொண்டே போகிறது" என்று சொல்லிவிட்டுத் தெருவில் இறங்கிச் செல்வதுடன் நாவல் முடிகிறது. உண்மையில் இந்த நாவல் நெருக்கடி நிலை குறித்து என்றோ ஆர்.எஸ்.எஸ் குறித்து என்றோ ஏதோவொரு விதத்தில் இந்திய அரசியல் வரலாறு

குறித்தது என்றோ சொல்லமுடியாது. அமைப்புகள், அதிகாரம், வன்மங்கள், ஆசாபாசங்கள், விபத்துகள், வன்முறை என்று எந்த ஒரு பிரதேசத்திலும் எந்த ஒரு காலத்திலும் நிகழக்கூடியதாக இந்தச் சம்பவங்களை மாற்றியமைத்துவிடலாம் என்பதுதான் உண்மை. தலைப்பான "இன்று", ஒரு கால அணுவாக நிரந்தர நீட்சி கொள்கிறது.

## அன்றாடத்தின் ரகசியம் – உயிர்ப்பற்று

காலத்தை வரலாறாக உருவகிக்கும் பழக்கம், தனி இருப்புகளைத் தனி மனிதர்களாகவும், சமூக அங்கங்களாகவும் உருவகிக்கும் பழக்கம் தவறானது என்றெல்லாம் நான் நினைப்பதில்லை. அவ்வாறு உருவகம் செய்த ஹெகல், மார்க்ஸ் ஆகியோரை உரிய மரியாதையுடன் அணுகுவதே என் விமர்சனச் செயல்முறை. ஆனால், பெர்க்ஸன், ஹைடெக்கர் போலக் காலத்தினை இருப்பின் (being) மற்றும் உளவாதலின் (becoming) உள்ளார்ந்த விசையாக உருவகிப்பவர்களை மிகுந்த முக்கியத்துவம் உள்ளவர்களாகக் கருதுபவன். ஹெகலிய, மார்க்ஸீய சிந்தனைகளின் எல்லைகளைக் கடந்து, மாற்றுப் பரிமாணங்களில் வாழ்வைப் புரிந்துகொள்ள இவர்கள் அவசியமானவர்கள் என்று எண்ணுபவன். அசோகமித்திரனின் எழுத்தின் அழகியல் பரிமாணம் இவர்களது காலம், இருப்பு குறித்த சிந்தனைகளுக்கு மிகவும் அணுக்கமானது எனக் கருதுவதால் இவர்களை இங்கே சுட்டுகிறேன். இவர்களை அணுகாமல் ஹெகல், மார்க்ஸ் தத்துவ அடிப்படையில் அசோகமித்திரனை அணுகினால் அவர் நதிக்கரைப் புழுவின் பார்வை கொண்டவராகத்தான் தெரிவார். நதிப் பிரவாகத்தையே சிறு புழு ஒன்றின் அசைவாகப் பார்க்கும் அகண்ட பார்வையின் சாத்தியம் புரியாது போய்விடும்.

முதலில் பெர்க்ஸனிடமிருந்து சில அம்சங்களை விவாதிப்போம். அவருடைய "பொருளும், நினைவும்" என்ற நூல் மிக முக்கியமானது. அதில் அவர் பிம்பம் என்பதைப் பிரபஞ்ச இயற்கையின் அடிப்படை அலகாக உருவகிக்கிறார். இது ஜடப் பொருளும் இல்லை, கருத்தும் இல்லை; இரண்டிற்கும் இடையிலான தன்மை கொண்டது என்கிறார். கருத்து என்பதைவிடக் கூடுதல் உள்ளீடும், பொருள் என்பதைவிடக் குறைந்த உள்ளீடும் கொண்ட ஒன்றென அறுதியாக வாதிடுகிறார். இந்தப் பிம்பங்கள் ஓயாமல் தங்களுக்குள் வினைபுரிந்த வண்ணம் இருக்கின்றன. அவை, ஒன்றின்மீது ஒன்று செலுத்தும் தாக்கங்கள் பௌதிக விதிகள் ஆகின்றன. இவற்றினிடையேதான் நாம் உயிரி என்றழைக்கக் கூடிய சில விசேஷ பிம்பங்கள் உருவாகின்றன.

 

இந்த உயிரியின் சிறப்பம்சம் என்னவெனில் இவை விதிகளுக்கு உட்பட்டு மட்டுமே இயங்காமல் தேர்வு என்ற சாத்தியத்தை உருவாக்கிக்கொள்கின்றன. இதற்கு முக்கியக் காரணம் உயிரியின் உடலில் பிம்பங்கள் செயலாகவும் தோற்றமாகவும் பிரிவதுதான். செயல், தோற்ற பிம்பமாகவும் பிரிந்து உயிரியின் இருப்பில் சேகரமாகிறது. இதுவே நினைவு. அதன் பிறகு உயிரியின் உணர்வுகளைத் தாக்கும் எந்தப் பிம்பமும் நினைவுச்சேகரத்தில் உள்ளதோடு உடனடியாக ஒப்பீடு செய்யப்பட்டு உடலியக்கம் அதற்கு ஏற்றாற்போல நிகழ்கிறது. ஒருமுறை தீயைத் தீண்டிய குழந்தை அடுத்தமுறை அதைச் செய்யாது, காரணம் அந்தத் தீயின் வெம்மை உடலுக்குத் தீங்கானதாக நினைவுச்சேகரத்தில் பதிவாகிறது. உயிரிகளின் உடல்களிலுள்ள நரம்பணுக்களின் எண்ணிக்கை ஆற்றலைப் பொறுத்து நினைவுச்சேகரம் விரிவடைகிறது.

புலன்கள் தரும் தரவுகளை நினைவுச்சேகரம் தொகுத்து மனிதச் செயல்களுக்கான களமாகப் புறவுலகைக் கட்டமைக்கிறது. மானுடப் புறவுலகு என்பது மனித நினைவுச்சேகரத்தின் பொதுப் பண்பினால் பொதுவெளியாகச் சமைக்கப்படுகிறது. ஒருசில உடல்களின் புலன் வேறுபாட்டால் (உ–ம்: நிறக்குருடு) சில பேதங்கள் நிகழ்ந்தாலும் பெருமளவில் மனித உயிரிகள் புறவுலகைத் தங்களுக்குப் பொதுவானதாகக் காண முடிவதால் தான் கூட்டியக்கம் சாத்தியம் ஆகிறது. கூட்டியக்கத்தின் அடிப்படையான குறியியக்கம், அதன் உச்சபட்ச சாத்தியமான மொழி ஆகியவையெல்லாம் உருவாகின்றன.

இந்த நிலையில் மானுட அறிவின் முதிர்ச்சி என்பது செயலின் சாத்தியங்கள் மானசீகமாகப் பெருகினாலும், உடலின் செயல் என்பதை மிகுந்த எச்சரிக்கையுடன் தேர்ந்தெடுப்பது தான். நினைவுச்சேகரம் பெருகப் பெருகச் செயல் என்பது கட்டுப்படுத்தப்படுகிறது. தோன்றும் படியெல்லாம் "கண்டபடி" உடலின் உந்துதலுக்கெல்லாம் கீழ்ப்படிவது மானுடச் சாத்தியத்தின் கீழ் நிலையாகிறது. இதன் மறுதலையாகச் சகவாழ்வின் சிறப்பு சகிப்புத்தன்மை என்ற எதிர்வினைத் தவிர்த்தலாக மாறுகிறது. காலம் என்பது செயல்களின் களமாகச் சுருங்காமல், நினைவுகளின் களமாக விரிவு கொள்கிறது. எல்லையற்ற கடல்போன்ற மனப் பதிவுகளில் வாழும் நமக்கு உடலியக்கம் என்பது இன்றியமையாத செயல்களுக்கு மட்டுமாகவே தேவைப்படுகிறது.

இந்த நிலையைத் துல்லியமாகப் பரிசீலிக்கும்போது வெளி என்பது செயலின் களமாகவும், காலம் என்பது மனதின் களமாகவும் பிரிகின்றன. வெளியுடன் பிணைக்கப்பட்ட காலம்

அளவிடக்கூடியதாக, நிமிடங்களாக, நாழிகைகளாக, கடிகாரச் சுழற்சியாகச் செயலினைக் கணக்கிட்டு நிற்கிறது. உண்மையான காலமோ மனவெளியில் அளவிட முடியாதபடி விரிகிறது. தீவிரம் மந்தம் என்று பண்பு ரீதியாகத்தான் இங்கே காலம் பாகுபடுமே தவிர விநாடிகளாக அளவு ரீதியாக எண்ணிக்கை கொள்ளாது. வெளியுடன் பிணைக்கப்படாத மனவெளி காலத்தை, இருப்பின் விஸ்தீரத்தை பெர்க்ஸன் காலநீட்சி என்றும் வெளியுடன் பிணைந்த காலத்தை நேரம் என்றும் பிரித்துக் காண்கிறார்.

இந்தப் பிரிவை நாம் ஹைடெக்கருக்கு எடுத்துச்செல்லும்போது தனி இருப்பான செயல்பூர்வமான உயிரியை அவர் அங்கிருப்பு (dasein – already there beingness) எனவும், எல்லையற்ற கால வெளியின் விரிவை இருப்பு எனவும் பிரிப்பதாகக் கொள்ளலாம். செயல்வெளி அறிதல் (epistemology) என்பது, எல்லையற்ற விரிவு குறித்த பிரக்ஞையான தோற்றவெளி அறிதல் (ontology) என்பதைப் பதிலீடு செய்யமுடியாது, செய்யக்கூடாது என்பது ஹைடெக்கரின் முக்கியமான வாதம். அவர் மானுட உயிரிகளின் பொதுவெளி உறவை உடனிருப்பு (middasein – being with) என்று வர்ணிக்கிறார். இடதுசாரி ஹைடெக்கரியர்களுக்கு இணக்கமான கருத்தாக்கம் இது. சமூக இயக்கத்தை உடனிருப்பின் விகசிப்பாகப் பார்ப்பதே அன்றாடத்தின் தத்துவம். இது உயிரியின் இருத்தலியல் பரிமாணம். மேலும் நம் கவனத்திற்குரிய மற்றொரு முக்கிய கருத்தாக்கம் அங்கிருப்பு, இருப்பினைக் காலமாக உணர்வது அக்கறை அல்லது கவலை எனப்படும் பந்தத்தால்தான் என்றும் ஹைடெக்கர் கூறுவது.

இதற்கு மாறாக மானுடக் கூட்டியக்கத்தை நினைவுச் சேகரத்தால் சாத்தியமாகும் வரலாற்றுப் பிரக்ஞையாகக் கணித்து, அந்தப் பிரக்ஞையின் புரிந்துணர்வு அக உலக, புற உலக இயங்கியல் முரணியக்கத்தில் விளைந்து அவற்றை உள்ளடக்கி நிற்பதாகக் கற்பிதம் செய்வதே ஹெகலிய வரலாற்றுவாதம். அந்தப் புரிந்துணர்வுக்கு அடிப்படையானது கருத்து என்று ஹெகல் நினைத்தார்; பொருள் என்று மார்க்ஸ் கூறினார். ஆனால் இருவருமே இயங்கியல் முரணியக்கம் மானுடப் புரிந்துணர்வைத் தொடர்ந்து மேம்படுத்தி, வரலாற்று இயக்கத்தைச் சாத்தியமாக்கி, அரசின் வடிவத்தைச் சீரமைத்துச் சிறந்த சமூக ஒழுங்கையும் இலட்சிய உலகையும் சாத்தியப்படுத்தும் என்ற வகையிலேயே சிந்தித்தனர். புரிந்துணர்வு இருமையின் ஒருங்கிணைவான பிறகு புலன்களின் அக உலக, புற உலக இயக்கத்திற்கு, செயலாகவும், நினைவாகவும் பிரிந்த நிலைக்கு, முக்கியத்துவம் இல்லை என்று இவ்வகை இயங்கியல் முடிவு செய்ததே மகத்தான பிழை

எனலாம். அதாவது செயலின் தர்க்கம், விளைவுகள் மூலமாகக் காலத்தில் முன்னகரும் வரலாற்று ஆற்றலாக மட்டுமே மானுடச் செயல்பாடுகளைக் கொள்வது. இதற்கு மாறாகச் சமகால, நவீனத்துவக் கலை இலக்கிய வெளிப்பாடுகளில் ஆகச் சிறந்தவை மீண்டும் புலன்களின் தர்க்கம் நோக்கிச் செல்பவையே; அவை புரிந்துணர்வின் மேம்பாட்டுச் செயல் திட்டத்தில் பயணிப்பவை அல்ல. இந்த வேறுபாட்டை முதலில் கவனத்தில் கொள்வோம்.

வரலாற்றுவாத இலட்சியவாதச் சிந்தனைகளில் நினைவுச்சேகரம் நிகழ்வுகளைக் கதையாடலாகத் தொகுத்து, காரண காரிய முடிச்சுகளைப் போட்டுப் புனைவெழுத்தாகவும் வரலாறாகவும் மாற்றிப் பிரக்ஞையை மேம்படுத்திக்கொண்டே செல்லும் என்ற கற்பிதம் முக்கியமானது. கதையாடல் என்பது நினைவுச்சேகரத்தின் இன்றியமையாத உப விளைவு. ஆனால் அதைக் காரண காரியத் தொடர்ச்சியாக வலிந்து மாற்ற வேண்டுமா, அல்லது நிகழ்வுகளின் சிதறலாக அன்றாடத்தின் பெருவெளியில் வைத்துப் பார்க்க வேண்டுமா என்பதே கேள்வி. இந்த அடிப்படையில்தான் கட்டுரையின் துவக்கத்தில் அன்றாடத்தின் மேற்பரப்பில் திட்டப்பட்ட கோட்டோவியங்களே வரலாறு என்றும், வரலாற்றின் துளிகளாக அன்றாடத்தைப் பார்த்துவிடக்கூடாது என்றும் வலியுறுத்தினேன்.

நிகழ்வுகளும் உணர்வூட்டங்களும் உருவாக்கும் புலனியல் தர்க்கமாக உளவாதலை மதிப்பிடும் தெல்யூசியப் பார்வையையும், கதையாடலே அர்த்த உருவாக்கக் களமாக மாறிக் காலத்தைக் கட்டமைப்பதை விவாதிக்கும் பால் ரிகொளரையும் இணைத்து வாசிக்கும் என்னுடைய முயற்சி என்பதே அன்றாடத்திற்கும் அதன் மீது வரையப்படும் வரலாற்றுக் கோட்டோவியங்களுக்கும் உருவாகும் தொடர்புகளைப் புரிந்துகொள்வதுதான். அந்த முயற்சிக்குச் சிறந்த திறப்புகளை வழங்கும் புனைவாகவே நான் "இன்று" நாவலையும், பொதுவாகவே அசோகமித்திரனின் அழகியலையும் காண்கிறேன். அவர் வரலாற்றின் கரையில் செயலற்று ஒதுங்கவில்லை. வரலாற்று மேற்பூச்சினைக் கடந்து அன்றாடத்தின் பெரும் நிகழ்வுப் பரப்பில் உலவுபவர்.

## "இன்று" நாவலின் உறவுகள்

நிகழ்வுகள் அசோகமித்திரனின் அழகியலில் இறுக்கமாகக் காரண காரியத் தொடர்ச்சியில் கட்டப்படுவதில்லை. அக உலகும், புற உலகும் தொடர்ந்து முயங்கி செயல்கள் பிரக்ஞாபூர்வமாக வெளிப்படுவதில்லை. மாறாகத் தற்செயல்களால் வாழ்க்கை நிறைந்துள்ளது. அவற்றில் பல அபத்தமாக உள்ளன. சமூக

அமைப்புகளின் வன்முறைகளில் பாதிக்கப்படுபவர்களால் பெரிதாகளதிர்வினை ஆற்றிவிட முடிவதில்லை. ஆனால், அன்றாடத்தின் பெரும்பரப்பில் யாரும் உறவுகளே அற்றுப் போய் விடுவதில்லை. எவ்வளவு மெலிதாக இருந்தாலும் அக்கறைகள் உடனிருப்பை ஆசீர்வதிக்கத்தான் செய்கின்றன. என்ன செய்வது, இவ்வளவுதான் சாத்தியமாகிறது மானுடத்திற்கு என்ற கரிசனமும் காருண்யமும் வாசக மனதை நிரப்புகின்றன.

"இன்று" நாவலின் அத்தியாயங்கள் சித்தரிக்கும் நிகழ்வுகள், கையறு நிலை, நிராசை, நுட்பமான அதிகார வலைப் பின்னலின் சகிக்க முடியாத அழுத்தம் என அவலச் சுவையால் நிறைந்துள்ளன. ஆனால், இவ்வளவு அவலச் சுவையிலும் இந்த நாவல் மனதை நெகிழ்த்தக் காரணம் நாவலின் பின்புலத்தில் அன்றாடத்தின் உயிர்ப் பற்று மங்காதிருக்கிறது. முகம் தெரியாத ஊர்களில் அந்நியர்களுடன் உறவுகள் ஏற்படுவதும் நட்பு ஏற்படுவதும் சாத்தியமாகிறது. எந்தச் சூழ்நிலையிலும் மனங்களில் ஆசாபாசங்கள், அபிலாஷைகள் நிறைந்துதானிருக்கின்றன. கல்லுக்குள் உயிர்த்துவிடும் தேரையைப் போல எவ்வளவு கடினமான சூழலிலும் வாழ்வை நோக்கிய ஈர்ப்பு துளிர்க்கிறது. தன் மகனுக்குச் சொல்லும் அறிவுரையை முகமறியாத அவன் நண்பனுக்கும் சொல்லும் சீக்காளி அம்மாக்கள் இருக்கிறார்கள்: "போலீஸிடம் வம்புக்குப் போகாதே, கல்யாணம் செய்துகொள்." அர்த்தத்தை வரலாற்று இயக்கத்தில் தேடிச் சலிப்புறும் இளைஞர் களின் வீட்டினுள் அந்தச் சீக்காளி அம்மாவின் அக்கறை உயிர்ப் பற்றின் பேரார்த்தமாக ஒலிக்கிறது.

அன்றாடத்தைக் குறித்து எழுதியவர்களில் முக்கியமானவர் மிஷெல் டி செர்ட்டூ (1925–1986). இவர் செயலின் முக்கியக் களமாக அன்றாட வாழ்வைக் கணித்தார். வரலாற்றுவாதிகள் அன்றாட வாழ்வின் இயக்கத்தைச் செயலற்ற தன்மையாகவே கருதுவார்கள். அவர்கள் போர்கள், போராட்டங்கள், புரட்சிகள் என்று பெரும் கூட்டுச் செயல்பாடுகள் தேரோட்டமாக மானுடத்தை இழுத்துச் செல்வதாக நினைப்பார்கள், முற்போக்கு, பிற்போக்கு என்று ஆர்ப்பரிப்பார்கள். ஆனால், மக்கள் எல்லா ஆரவாரங்களையும் தங்கள் அன்றாட வாழ்விற்குள் இழுத்துக்கொள்கிறார்கள். உயிரிகளாக ஒருவர் கரங்களை ஒருவர் பற்றிக் கொள்கிறார்கள். ஒரு வரலாற்று அடையாளம் இன்னொரு வரலாற்று அடையாளத்தை அழிக்க வன்முறை வெறிகொள்ளும்போது இவர்கள் சத்தமின்றி மாற்று அடையாளத்திற்கு அடைக்கலம் கொடுத்துக் காக்கிறார்கள். அன்றாடத்தின் இயக்கம் உயிரின் இயக்கமாக இருக்கிறது. அன்றாடத்தை எழுதுவதும்

அவ்வாறே பெரும் ஆரவாரத்தையும் தன் விரிந்த தளத்தில் உள்ளிழுத்துக்கொள்கிறது, ஆற்றுப்படுத்துகிறது.

வரலாற்றுவாதத்திலும் இலட்சியவாதத்திலும் வாழ்வின் உத்தரவாதங்கள் எதுவுமில்லை. அவை அலைகளின் மேற்பரப்பில் நுரைத்து அடங்கும் நீர்போல. அந்த அலைகள் மோதியடங்கும் நிலப்பரப்பாகிய, நெடுந்தோங்கி நிற்கும் கரும்பாறையாகிய அன்றாடத்தில்தான் இருக்கிறது வாழ்வின் உத்தரவாதம். அது தனி இருப்புகளான உயிரிகளை, அவற்றின் உயிர்ப் பற்றுக்களை உறவுகளாக மாற்றித் தருகிறது. எத்தனை வரலாற்று அலை அடித்தாலும் அந்தப் பற்றும் உறவுகளும் சிதறிவிடாது. இலட்சியம் என்ற பித்த நிலைதான் வாழ்வுக்கு அப்பால் அர்த்தங்களைத் தேடுகிறது. அன்றாடமோ உயிரி வாழ்வின்மீது கொள்ளும் பற்றின் இன்றியமையாமையின் விகசிப்பினைக் காட்டுகிறது. அசோகமித்திரனின் அழகியல் அந்த அன்றாடத்தின் காட்சிகளே.

# மானசரோவர்: மீட்சியைப் பரிந்துரைக்கும் நவீனத்துவம்

பெருந்தேவி

### நவீனத்துவ எழுத்துச் செயற்பாடு

நவீனம், நவீனத்துவம் பற்றிய முக்கியமான சிந்தனையாளரும் கோட்பாட்டாளருமான மார்ஷல் பெர்மனின் ஒரு பரிச்சயமான வரையறையோடு இக்கட்டுரையைத் தொடங்குகிறேன்: "நவீனத்துவம் என்பது நவீன ஆண்களும் பெண்களும் நவீன மயமாக்கத்தின் மாந்தர்களாகவோ பொருட் களாகவோ ஆவதற்கான யத்தனம். நவீன உலகத்தில் பிடிமானத்தைப்பெற, அவ்வுலகத்தில் தங்களைப் பொருத்திக்கொள்ள அவர்களின் யத்தனம்."

நவீனமயமாக்கத்தின் மாந்தர்களாதல், பொருட்களாதல் என்றால் என்ன? நவீன வாழ்வை ஒரு சுழலாக உருவகிக்கிறார் பெர்மன். இச்சுழலுக்கான ஆதார விசைகளென அறிவியல் கண்டுபிடிப்புகள், அவற்றைத் தொழில்நுட்பத்தோடு இணைக்கும் தொழில்மயமாக்கம், நகரத்துக்கு இடம்பெயர்தல், நகரமயமாக்கம், நவீன தேசிய அரசுகளின் உருவாக்கம், அகதிகளின் உருவாக்கம், கூட்டங்களாகப் புலம்பெயர்தல், முதலீட்டியச் சந்தைகளின் பெருக்கம், தகவல் தொழில்நுட்பம், ஊடக வளர்ச்சி எனப் பலவும் இருக்கின்றன. இத்தகைய பற்பல சமுக, வரலாற்று விசைகளின் தொகுதியை நவீனமயமாதல் எனப் பொதுவாகப் புரிந்துகொள்ளலாம். மனிதர்களை இலக்காகக்

கொண்டு செயல்படும் இந்த விசைகள் நவீன வாழ்வைக் கொண்டு வந்ததோடு நிற்கவில்லை. இவை இடையறாது தொடர்ந்து நவீன வாழ்வை ஒரு சுழலாக உருவாக்கியபடியே இருக்கின்றன. இப்படித் தொடர்ந்து உருவாக்கப்படுவதாலேயே நவீன வாழ்வு 'மாற்றம்' என்பதோடு மாறாத தொடர்புடையதாக உள்ளது.

நவீன வாழ்வு எனும் சுழலுக்கு அச்சு என்று ஒன்றைக் கருதினால், அந்த அச்சு 'மாற்றம்'தான். அதே நேரத்தில், நவீனமயமாக்கத்தின், 'மாற்றத்தின்' இலக்குகளாக, அதை அப்படியே செயலற்று வாங்கிக்கொள்பவர்களாக மட்டும் மனிதர்கள் நின்றுவிடுவதில்லை. உதாரணமாக, நகரத்துக்கு இடம் பெயர்தலை எடுத்துக்கொண்டால், இடம் பெயர்பவர்களுக்கு நகரம் இன்னொரு வசிப்பிடம் மட்டுமல்ல. அவர்கள் நகரத்தின் சமூகப் பண்பாட்டு நிலப்பரப்பைக் கட்டமைப்பவர்களாகவும் அந்த நிலப்பரப்பில் தத்தம் வழிகளைக் கண்டடையும் யத்தனங்களோடும் இருக்கிறார்கள். மாறிக்கொண்டேயிருக்கும் உலகத்தோடு இயைந்து, இடையறாது தங்கள் பார்வைகளை, மதிப்பீடுகளை அவர்கள் உருவாக்கிக்கொள்கிறார்கள்.

பெர்மனின் கருத்துகளைப் பரந்த அடிப்படையாகக் கொண்டால், நவீனத்துவ எழுத்துச் செயல்பாடு என்பது மனிதர்கள் நவீனமயமாக்கத்தின் மாந்தர்களாகும், பொருட்களாகும் விதங்களை எழுதுவது எனச் சுருக்கமாகக் கூறலாம். குறிப்பாக, நவீனமயமாகிற உலகில் தங்களுக்கென ஒரு பிடிமானத்தைப் பெற, அந்த உலகில் தாங்கள் பொருந்தியிருக்க, மனிதர்கள் மேற்கொள்ளும் யத்தனங்களை, பார்வைகளை, அவற்றின் போதாமையை, அவற்றின் பொருத்தத்தை எழுதுவது என அந்த எழுத்துச் செயல்பாட்டைப் புரிந்துகொள்கிறேன். நவீனத்துவ எழுத்துச் செயல்பாட்டுக்குச் செய்யப்பட்டிருக்கிற பல வரையறைகளில், அதைப் பற்றி இருக்கிற பல புரிதல்களில் இது ஒரு வரையறை, ஒரு புரிதல்.

அசோகமித்திரனின் 'மானசரோவர்' புதினத்தில், நவீனமய மாக்க விசைகளை மனிதர்கள் எவ்வாறு எதிர்கொள்ளுகிறார்கள், எதிர்கொள்ளுதல்களின் ஊடாக வடிவமைக்கப்படுகிறார்கள், இந்த எதிர்கொள்ளுதல்களை முன்வைப்பதன் மூலம் புனைவின் வழி நவீனத்துவ எழுத்தின் பரப்பு எவ்வாறு உருவாகிறது என்பனவற்றைப் பரிசீலிப்பதே இக்கட்டுரையின் குறிக்கோள். மேலும், பிரடெரிக் ஜேம்சன் குறிப்பிடுவது போல நவீனம் என்பது ஒரு தத்துவக் கருத்தோ அல்லது வேறெந்தக் கருத்தோ அல்ல, அது ஒரு கதையாடல் வகைமை எனக் கொண்டோமானால்,

நவீனத்தின் கதையாடல் வகைமையாக 'மானசரோவர்' எவ்வாறு பரிணமிக்கிறது என்பதைக் குறித்த பார்வையாகவும் இக்கட்டுரையை வாசகர்கள் அணுகலாம்.

## நவீன வாழ்வின் சுழலில் நினைவும் வரலாறும்

'மானசரோவரி'ன் மையக் கதாபாத்திரங்களான கோபாலும் சத்யன்குமாரும் இடம்பெயர்ந்தவர்கள். கோபால் கிராமத்தி லிருந்து சென்னைக்கு இடம்பெயர்பவன், சத்யன்குமார் பெஷாவரிலிருந்து பம்பாய்க்கு இடம்பெயர்பவன். இருவரையும் திரைப்படத் தொழிற்சாலை ஒருவருக்கொருவர் அறிமுகப்படுத்து கிறது; இருவரிடையே ஓர் உறவை உண்டாக்குகிறது. இடம்பெயர்ந்திருக்கிற சூழலோடு, திரைப்படத் தொழிலோடு பொருந்தியிருக்க இருவரும் செய்யும் யத்தனங்களை நாவல் காட்சிப்படுத்துகிறது. திரைப்படக் கம்பெனியில் வேலை யில் இருக்க வேண்டி எழுத்தாளனான கோபால் வெறும் கதைச்சுருக்கம் எழுதுபவனாகத் தன்னை மாற்றிக்கொள்ள வேண்டியிருக்கிறது. எழுத்தாளன் என்ற அடையாளத்தில் நேர்ந்த இந்த மாற்றம் விரிவாகவே குறிப்பிடப்படுகிறது:

"... ஆனால் எவ்வளவு எளிதாக, எவ்வளவு மௌனமாக, பூடகமாக, ஆனால் உறுதியாக, நிரந்தரமான மாற்றங்கள் நேர்ந்துவிடுகின்றன! இனியும் நான் பத்திரிகைகளுக்குக் கதை எழுத முடியும் என்று தோன்றவில்லை. அச்செழுத்து மூலமாக உலகோடு தொடர்புகொள்ள இனியும் சாத்தியம் என்று நினைக்க முடியவில்லை. சினிமாக் கம்பெனியில் வேலை பார்த்துப் பார்த்து எல்லாக் கதையையும் கதைச் சுருக்கமாகத்தான் நினைவுகொள்ளவும் உருவெடுக்கும்படியாகவும் மூளை பழக்கப்பட்டுவிட்டது!"

உலகத்தோடான படைப்பூக்கம் தொடர்பான அச்செழுத்தைத் தொலைக்கச் செய்துவிட்ட திரைப்படக் கம்பெனி வேலையால் எந்தப் பயனும் பெரிதாக நேர்வதுமில்லை கோபாலுக்கு. வருமானம்கூட நிரந்தரமாக இல்லை. மாறாக, எஞ்சுவது சித்திரவதையே: "எப்போதுமே கண்டிப்பாக இருக்கும் என் முதலாளி இப்போது நிந்தித்துச் சித்திரவதைப்படுத்துபவனாகவும் மாறிவிட்டான். நான் அந்த மனிதனிடம் சேர்ந்து மூன்று மாதங்களுக்குள் சம்பளத்தை இரட்டிப்பாக்குவதாகத்தான் பேச்சு. ஆனால் வருடம் ஒன்றாகப் போகிறது, முதலில் கொடுத்த தொகையையே ஒழுங்காக மாதாமாதம் தருவதுகூடக் கிடையாது. நான் அங்கு இருப்பதே அபரிமிதமான கருணையால் என்பதுபோலத் தோற்றம் கொடுத்தாகிவிட்டது." ஒழுங்காகச்

சம்பளம் கிடைக்காது, முதலாளியின் கருணையை மட்டுமே நம்பிச் சென்னை போலொரு நகரத்தில் கணமும் சிறுமைப்பட வேண்டியிருக்கிறது: "சென்னையில் பிரதிமாதம் சீராகப் பணப் பட்டுவாடா செய்யாமல் எந்தக் குடித்தனக்காரனும் வெகுநாட்கள் காலம் தள்ள முடியாது. ஒரிடத்தில் இரண்டு இடங்களில் நிபந்தனை [நிந்தனை?] கேட்டுச் சமாளித்துவிடலாம். ஆனால், கண்ணில் படுகிறவர்கள் எல்லாரும் நிந்திக்கக்கூடிய நியாயம் பெற்றுவிட்டால் அந்த மனிதன் சிறுத்துச் சிறுத்தே அழிந்துவிட வேண்டும்."

நகரத்தில் சிறுமைப்படுத்தி அழியவைப்பதாக கோபால் எதிர்கொள்ளும் வாழ்வு உள்ளது. இந்த நவீன நகர வாழ்வின் நிகழ்கணங்களை அடிக்கோடிட்டு, வாசகக் கவனத்தை அவற்றின் மேல் குவிக்கச்செய்யும் வகையில், சமுக வரலாறு என்று எதுவும் நாவலில் கோபாலுக்குத் தரப்படுவதில்லை. ஆனால், அத்தகைய வரலாறுக்குப் பதிலி போல, அவன் நினைவுகள் பங்களிக்கின்றன. அந்த நினைவுகளும் அவன் குடும்பத்தைச் சார்ந்ததாக மட்டுமே இருப்பதால், அவற்றைச் சார்ந்த சின்னமாகக் குடும்பத்தில் உபயோகப்பட்ட பொருள் ஒன்று வருகிறது. அது அன்றாட வாழ்வில் குடும்பம் பயன்படுத்திய காபி பில்டர். "இந்த பில்டரில் என் சம்சார வாழ்க்கையில் இருபதாண்டுகள் காபி போட்டது போக எங்கள் பெற்றோர் வீட்டில் எவ்வளவு ஆண்டுகள் காபி போட்டிருப்பார்கள். முப்பது நாற்பது ஆண்டுகள்கூட இருக்கும். உண்மையிலேயே அது விக்டோரியா காலத்துடையதாகக்கூட இருக்கக்கூடும். எவ்வளவுபேர் இதைத் தொட்டுப் பயன்படுத்தியிருப்பார்கள்?... கடந்துபோன நாட்களைப் பற்றி நினைத்துப் பார்க்க ஒவ்வொரு காலத்திலும் ஒரு தனிச்சின்னம் கிடைக்கிறது" என விவரணை தொடர்கிறது.

வரலாற்றைக் காட்டிலும், நினைவு என்பது சிக்கலான நிகழ்வு (phenomenon) என எழுதுகிறார் வரலாற்றறிஞர் தீபேஷ் சக்ரபர்த்தி. வரலாற்றைப் போலன்றி, நாம் இன்னதை நினைத்திருக்கிறோம் என்பது நினைவுகொள்ளும்வரை தன்னுணர்வின்பாற்பட்டதல்ல என்றும் கூறுகிறார். மேலும், வரலாற்றுச் சொல்லாடல்கள் காரண காரியம் பற்றியதாக உள்ளதென்றால் நினைவு எக்காரண மற்றும் இயங்கும். வரலாற்றுச் சொல்லாடலில் இருக்கும் தர்க்கப்பூர்வமான காரணங்களுக்குப் பதிலாக விபத்துகள், தற்செயல்கள் போன்றவை நினைவு என்பதில் பதிலீடு செய்யும் என்றும் குறிப்பிடுகிறார். இவற்றோடு பழக்கவழக்கமும் இத்தகைய பதிலீட்டைச் செய்யலாம். அத்தகையதொரு பழக்கவழக்கப் பொருளாக பில்டர் புதினத்தில் வருகிறது.

கோபாலின் மகன் இறந்த பிறகு, அவன் வீட்டைக் காலி செய்கிறபோது அவன் கண்ணில் காபி பில்டர் தென்படுகிறது, காபி போடும் வழக்கத்தை முன்னிட்டுக் குடும்ப வம்சாவளி குறித்த நினைவை அது தூண்டுகிறது. தன் "தாய் தகப்பனார் காலத்தில் காபிதான் ஒரு குடும்பத்தின் சீரையும் சிறப்பையும் குறிப்பதாக" இருந்ததை, இந்தக் குடும்பப் பழக்கவழக்கத்தின்பாற்பட்டுத் தன் மனைவி ஐம்பகமும் காபியின் தரத்தால் குடும்பச் சீரைக் கட்டிக் காப்பாற்றச் செயல்பட்டதை எண்ணுகிறான்: "பில்டரைக் கையில் புரட்டிப் பார்த்தபோது அதனுடைய கண்கள் பல அடைத்துப் போயிருப்பதைக் கவனிக்க முடிந்தது. எப்போது போட்ட காபித் தூளோ? ஒவ்வொரு கண் அடைப்பும் ஒவ்வொரு காலத்தியதாக இருக்கும்." காபி பில்டரைப் போலவே நினைவின் அடைப்புகளும் பல காலமானவை.

எனினும், நவீன வாழ்வின் சுழலில் தனிமைப்பட்டு அல்லலுறும் கோபாலுக்கு, பழக்கவழக்கம் சார்ந்த நினைவின் பொருளான புராதன பில்டர் எந்தச் சமாதானத்தையும் தருவதில்லை. தன்கையில் வைத்திருக்கும் பில்டரை ஷேக்ஸ்பியரின் ஹாம்லெட் கையில் ஏந்தியிருக்கும் மண்டையோட்டோடு ஒப்பிட்டுக்கொள்கிறான். மண்டையோடு என்பதை இறப்பின் பொருண்மையான மிச்சமாகக் கருதலாம். இங்கோ நினைவுகளின் சேகரமான பில்டர். அதைத் தூரத் தூக்கி எறிய நினைக்கிறான். நாவலில் இதற்குப் பின்னர் கிட்டத்தட்ட துறவியாகப் போகிறான் கோபால். துறவிகள் துறவேற்கும்போது அவர்களின் மரணமும் ஆகவே அவர்களின் நினைவுகளும்கூட மரணமடைவதாகப் பொருள்கொள்வதுண்டு. ஆகவே, பொதுவாகத் துறவிகளை வைதீக, அவைதீக மரபுகளில் எரிப்பதில்லை. பில்டரோடு மண்டையோடு ஒப்பீடு செய்யப்படும்போது கோபாலின் குடும்பம் குறித்த நினைவுகளின் சிதைவையும் அழிவையும் அது சுட்டுவதாக நாம் கருதலாம். கதையாடலில் ஓர் அணிக்கூறாக (motif) அவ்வப்போது வரும் புகையிலை இந்தச் சிதைவுக்கு, அழிவுக்குப் பொருத்தமான குறியீடாகிறது. குடும்ப நினைவுகள் இனி கோபாலுக்குப் பொருட்டாகப் போவதில்லை என்பதும் சுட்டப்படுகிறது.

கோபாலுக்கு இணையாக சத்யன்குமார் என்ற கதாபாத்திரமும் கதையாடலில் இடம்பெறுகிறது. தேசிய வரலாறாகவும் உருப்பெற்றிருக்கும் நவீனத்தின் களத்தில், அந்த வரலாற்றின் சுமையைத் தாங்கிச் சுமக்கும் கதாபாத்திரமாக சத்யன்குமார் வைக்கப்படுகிறான். சத்யன்குமார் என்ற பெயரும் அது சுட்டக்கூடிய இந்து மத அடையாளமும் அந்தச் சுமையைச் சற்றே மறைக்க உதவுகின்றன. பெஷாவரிலிருந்து அவன்

 பெருந்தேவி

பம்பாய்க்கு வந்தபின் யூசுப் என்ற பெயரை மாற்றி இந்துப் பெயராக வைத்துக்கொள்ள வேண்டியிருக்கிறது. இந்த இரட்டை அடையாளம் முஸ்லிம்கள் நடைமுறையில் எதிர்கொள்ளும் சிக்கல்களையும் அம்பலப்படுத்துகிறது. வீட்டுக்குக் கூட்டிவருகிற சமையல்காரன் "நீங்கள் முசல்மானா?" என்று கேட்டுவிட்டு, வேலையை ஏற்காமல் சென்று விடுகிறான். "இது சின்ன விஷயம்" என்று சத்யன்குமாருக்குத் தோன்றுகிற அதேநேரத்தில் "இது சின்ன விஷயமா?" என்ற சந்தேகமும் எழுகிறது. "இதுவும் இன்னும் நூற்றுக்கணக்கான சிறிய பெரிய சம்பவங்களும் நான் அடுத்த நாள் எங்கிருப்பது என்பது பற்றிச் சந்தேகம்கொள்ள வைத்திருக்கின்றன." பெஷாவரிலிருந்து வந்திருக்கும் அவன் பாஸ்போர்ட் விண்ணப்பத்தில் பிரிக்கப்படாத இந்தியா என்று எழுதியிருக்கிறான். ஆனால் பிரிவினைக்குப் பின்னான இந்தியாவில் தான் எங்கிருப்பதென்று அவன் கேட்டாக வேண்டி யிருக்கிறது.

அவனது "இரட்டை அடையாளம்" பிரிபட்ட இந்தியாவில் முஸ்லிம்களின் இடம், பங்கு, உரிமை பற்றிய அவலக்கூற்றாகவும் இருக்கின்றன. பெஷாவரில் அவன் விட்டுவந்த தாய், தந்தையார் என்ன ஆனார்களென அவனுக்குத் தெரியாது. அவன் கடிதம் அவர்களின் முகவரிக்குப் போய்ச் சேர்கிறதா என்றும் தெரியாது. "தடயம் தெரியாமல் மறைந்துவிட்டிருந்தனர்" என்று சொல்லப்படுகிறது. பெஷாவரிலிருந்து கிளம்பும்போது தன் "அம்மாவை ஒருமுறை கட்டியணைக்க முடியவில்லை. அவள் உகுக்கும் கண்ணீரை அவன் கன்னத்தில் வழிய விட்டுக்கொள்ள முடியவில்லை." ஆனால் சினிமா செட்டில் ஹீரோயின் "இப்போது உன்னைக் கண்டவுடன் [கண்ணீர்] ஊற்றெடுத்துப் பெருகுகிறது" என்ற வசனம் பேசும்போது உணர்ச்சிவசப்பட்டு அவன் நடிக்க வேண்டியதாயிருக்கிறது. அப்படியொரு வசனம் கேட்கும்போது உற்றார் நண்பர்கள் அவன் கண் முன் தோன்றுகிறார்கள். "இதில் யார் உயிரோடிருக்கிறார்கள், எங்கிருக்கிறார்கள் என்று யாருக்குத் தெரியும்?" விரக்தியே அவனில் எஞ்சுகிறது.

தேச உருவாக்க நவீனத்தின் வரலாற்றைச் சுமப்பவனாக சத்யன்குமார் இருக்கிறான். அந்தச் சுமையை ஆற்றுப்படுத்தும் பிரதிமம் ஒன்று கதையாடலில் சொல்லப்படுகிறது. கோபாலுக்குக் குடும்ப வம்சாவளி நினைவின் சேகரமாக, பிம்பமாக பில்டர் இருப்பதைப்போல, வரலாற்றை இறக்கி வைக்கும் சுமைக் கல்லாக சத்யன்குமாருக்கு இருப்பது ஜவஹர்லால் நேரு. நேருவோடு அவனுக்கிருந்த சொற்பப் பழுக்க நட்பால் மட்டும் நேரு என்கிற பிரதிமம் அவனை ஆற்றுப்படுத்தவில்லை. நேரு தேசியத் தலைவராக அவனிடத்தில் உருவாக்கிய நம்பிக்கையிலிருந்து

வருவது அது: "பண்டிட்ஜி என்னுடைய மிகக் குறைந்த அரசியல் மற்றும் மத உணர்வில்கூட நம்பிக்கைக்கு உரியவராக இருந்தார். அவரே ஒரு முஸ்லிம் போல நினைத்திருக்க முடியாது. ஆனால் முஸ்லிம் சிந்தனை என்பதின் பேரில் இதர இந்துக்களுக்கு இயல்பாகத் தோன்றும் வேற்றுமை அவருக்கு ஏற்படாது என்றுதான் எனக்குத் தோன்றியது. அவரை எரிக்காமல் புதைக்கலாமே என்று நினைத்தேன்." அவரைத் தம்மில், முஸ்லிம் களில் ஒருவராகப் பார்ப்பதனால் சத்யன்குமார் ஆறுதலடைவது வெளிப்படை. சொல்லப் போனால், நேருவின் மரணத்துக்குப் பின்னரே நான் எங்கிருப்பது என்ற அவனது அவலக் கேள்வி கதையாடலில் எழும்பி ஒலிக்கிறது.

கோபால், சத்யன்குமார் இருவருமே நகரத்திலும், திரைப்படத்துறையிலும் தங்கள் இடம், பொருண்மை குறித்த சுயபரிசீலனைகளோடு இருக்கிறார்கள். சுயபரீசிலனை நவீனத்துக்கே உரித்தான ஒரு சொல்லாடல் அணி (rhetoric device). நகரத்தில் சிறுமைப்பட்டுப் போதல் பற்றிய சுயபரிசீலனை கோபாலுக்கு இருக்கிறது. "மனைவியும் உத்யோகமும் மட்டும் இல்லை.... பெண்டுபிள்ளைகள், அக்கம்பக்கத்தார், சுற்றத்தார், தெரிந்தவர்கள், தெரியாதவர்கள்" என்று எல்லாமே சீர்குலைந்து போனதைப் பற்றிய விசாரணையும் அது. சத்யன்குமாருக்கோ சினிமாவில் அவன் பெறுகிற வெற்றி உவப்பதில்லை. தொடர்ந்து தன்னை அசுத்தம் மிகுந்தவனாக உணர்கிறான். கதாநாயகியோடு செட்டில் ஒளி பாய்ச்சப்பட்ட பகுதியில் இருக்கும்போது மட்டும் அவன் கைகள் கௌரவமான இடத்தில் இருக்கும் என்ற குறிப்பு கதையாடலில் வருகிறது. "பரிசுத்தமான காலம். இன்று அதெல்லாம் போய்விட்டது. அசுத்தம் உடலில் மட்டும் நிரம்பி வழியவில்லை. என் மூச்சில், என் பார்வையில், என் மனதில், என் ஆத்மாவில்" என வருத்தம் அவனில் ததும்புகிறது.

கோபால், சத்யன்குமார் இருவருக்குமே சுயபரிசீலனை சாத்தியமானாலும், மரணத்தின் உருவில் ஈடுகட்ட முடியாத இழப்புகளைச் சந்திக்கிறபோதுதான் (கோபாலுக்குத் தன் மகனின் மரணமும், சத்யன்குமாருக்கு நேருவின் மரணமும் நண்பன் கோபாலின் மகனின் மரணமும்) தத்தம் வாழ்வில் அவர்கள் பொருந்தாமல் இருப்பது புரிபடுகிறது. சித்தரின் வீர ஆஞ்சநேயர் கோயிலுக்கு இருவரும் கதையாடலில் வந்து சேர்கிற இடமும் இதுதான்.

## நேர்க்கோட்டு வரலாற்றுக்கு அப்பால்

தர்க்கப்பூர்வமான, பின்னோக்கித் திரும்பாத கடிகார நேரம் என்பது நவீனத்துக்கு உரித்தானதாக நவீனத்துவச் சிந்தனையாளர்களால் சொல்லப்படுகிறது. நேர்க்கோட்டு



பெருந்தேவி

வரலாறு, முன்னேற்றம், வளர்ச்சிப் பாதை என்பவற்றோடு தொடர்புடையது அது. முன்னோக்கி நகரும் கடிகார நேரத்தோடு இயைந்து, அல்லது அதைத் தன் வசப்படுத்தி எதிர்காலத்தைச் சமைப்பதில் பங்குகொள்வதன் மூலம் 'வளர்ச்சிக்குத்' தேவையான 'மாற்றத்துக்கான' காரணியாகத் தம்மை வடிவமைத்துக்கொள்பவர்களாக நவீன மனிதர்கள் கருதப்படுகிறார்கள்.

மாறாக, நவீனத்துக்கு எதிர்ப் புள்ளியில் புராணக் கதைகள் முன்வைக்கிற நேரம் அத்தகையது அல்ல. புராண நேரம் என்பது வட்டப் பாதையில் மீண்டும் மீண்டும் வருவது. இந்து, புத்தப் புராணங்களில் உலகம் அழிந்து அழிந்து உருவாவதைப் போல. மானசரோவரில் வருகிற சித்தர் புராண மாந்தர் போன்றவர். எங்கும் தோன்றக்கூடியவர். அகாலத்தில் திக்கின்றி நடக்கும்போது வீதியில் எதிரே வரக்கூடியவர். அல்லது வெளியூரில் காரைத் தள்ளுபவராகக் காட்சி தரக்கூடியவர். சித்தர் சாமி இங்கேயும் இருப்பார், அங்கேயும் இருப்பார் என்றொரு விவரணை நாவலில் வருகிறது. சித்தரை முதன் முதலில் கோபால் சந்திக்கிற இடம் தேசிய வரலாற்று ஆளுமையான ஜவஹர்லால் நேரு வந்து போகின்ற, அவரது நண்பரான ஒரு சுதந்திரப் போராட்டக்காரரின் வீடு என்பது குறிப்பிடத்தக்கது. பின்னர் சத்யன்குமார் கோபாலைத் தேடும்போதும் சித்தர் இருப்பிடம் பற்றிய தகவலும் அதே வீட்டில்தான் அவனுக்குக் கிடைக்கிறது. நேரு எனும் மிகப்பெரும் வரலாற்று ஆளுமை, சுதந்திரப் போராட்டம் இவையெதற்கும் எந்தத் தொடர்புமில்லாது வேறொரு தளத்தில் துர்மரணங்கள் தொடர்கிற வீடாகவும் இறந்தவர்களின் பேச்சுக் குரல்கள் கேட்கிற வீடாகவும் அது ஆகிவிட்டிருக்கிறது.

"கண்ணுக்குத் தெரியும் துன்பங்களையும் எதிர்ப்புகளையும் களையலாம், ஆனால் கண்ணுக்கும் அறிவுக்கும் எட்டாத திசைகளிலிருந்தும் தளங்களிலிருந்தும் கஷ்டங்கள் வந்தால்?" எனக் கதையாடல் வினவுகிறது. நவீன வரலாற்று யதார்த்தத்துக்கு அப்பாற்பட்ட அல்லது அதில் கால்கொள்ளாத பிரச்சினைகள் இவை. புராண ஆளுமையையொத்த சித்தரின் கால்பட்டவுடன் இப்பிரச்சினைகள் தீர்ந்ததாகச் சொல்லப்படுகிறது. பகுத்தறிவு சார்ந்த நவீனச் சொல்லாடலால் இருப்பு மறுக்கப்படுகிற வேற்றுலகம் சார்ந்தவர்களை, இறந்த காலத்திலிருந்து எழும்பிவந்து நிகழ்காலத்தில் இடையீடு செய்பவர்களை இந்தச் சித்தர்தன் கட்டுக்குள் வைத்திருப்பதைக் குறிப்பிட்டுச் சொல்கிறது கதையாடல். இத்தகவல்களெல்லாம் நவீனத்தின் இன்றியமையாத குறியான, கடிகார அல்லது வரலாற்று நேரத்துக்கு அப்பால் சித்தர் என்ற உருவைக் கதையாடலில் கட்டமைக்கின்றன.

நவீன மனிதர்களுக்குச் சித்தர் போன்றவர்களிடம் நம்பிக்கை உண்டாகுமா என்ன? "எனக்கு மட்டும் முதலில் இதிலெல்லாம் நம்பிக்கையா இருந்தது?" என்று கோபால்கூடக் கேட்கிறான். ஆனால், நம்பிக்கை, அவநம்பிக்கை இவற்றுக்கெல்லாம் அப்பால் கதையாடலில் சித்தரின் இடமும் இருப்பும் முன்மொழியப் படுகின்றன. நவீன உலகத்திலிருந்து சிறுமைப்பட்டு விலக்கம் கொள்கிற, அதில் பங்குபெறும் யத்தனங்களை மறுக்கிற அல்லது அவற்றில் தோல்வியுறுகிற கோபாலுக்குப் புகலிடமாக இருக்கிறார் சித்தர். அதேபோல நவீன வாழ்விலிருந்து விலக்கம் கொள்கிற, அதில் பங்குபெறும்போது தன்னில் அசுத்தத்தையும் உணர்கிற சத்யன்குமாரும் சித்தரின் முன்னிலையிலேயே அசுத்தத்தைக் களைகிறான். "இந்தச் சாயபுவை, இங்கே குளிச்சுட்டுப் போகச் சொல்லு, இதுதான் அவனுக்குக் கிடைக்கக்கூடிய மானசரோவர்" என்கிறார் சித்தர்.

## மீட்சியை நோக்கி

பாவங்களைக் களையக்கூடியது என்று இந்துக்களால் காலம்காலமாக நம்பப்படுவது, இமயத்தில் கைலாசமலை அடிவாரத்திலிருக்கும் மானசரோவர் ஏரி. சிவனுக்குப் பிரியமானது. அயோத்தியின் சரயு நதிக்கான புராண மூலம் அது. சாயபுவை இந்து மரபு வியந்தோதும் நீர்நிலையில் நீராட்டிப் 'புனிதப்படுத்துகிறார்' அசோகமித்திரன் எனப் புறந்தள்ளுதல் எளிது; ஆனால் மானசரோவர் என்கிற பெயர்க் காரணமும் காலம்காலமாக ஒரு படிமமாக அதன் செறிவான அகப்பொருளும் இங்கே கருதத்தக்கது. இதைப் பற்றிச் சற்று விரிவாக எழுதுகிறேன். மானசரோவர் என்றால் "மனதின் ஏரி" அல்லது மனதில் பிறந்த ஏரி. "புரிந்துகொள்ளுதல் எனும் மணலை அடைந்து, இந்தத் தூய நீர் சேகரமாகிறது, காதின் வழியாக மனமென்னும் ஏரியை அடைகிறது, ஆழமாக, தெள்ளியதாக, பழமையானதாக, அழகியதாக, புத்துணர்ச்சி தருவதாக," என்றெல்லாம் இந்த ஏரி துளசிதாசரால் பதினாறாம் நூற்றாண்டின் ராமசரித மானஸ் காவியத்தில், அந்தக் காவியப் பாடலுக்கான உருவகமாகவும் ஆனது. அமெரிக்கச் சமயத்துறைப் பேராசிரியர் பிலிப் லுட்கன்டார்ப், துளசிதாசரின் கைலாச மானசரோவர் யாத்திரைக்குப் பின்னரே அவரால் 'ராமசரித மானஸ்' காவியம் படைக்கப்பட்டது என்று கருத இடமுண்டு என்கிறார். புராணமும் பாடலும் பொருண்மையான நீர்ப்பரப்பும் ஒன்றோடொன்று இயைந்திருக்கிற துளசிதாசரின் மானசரோவர் ஏரியெனும் உருவகத்தை விளக்கி எழுதுகிறார் அவர். ஜான்புன்யனின் யாத்ரிகனின் முன்னேற்றம் (*The Pilgrim's*

*Progress)* நூலின் படிமத்தோடு ஒப்பீடு செய்யக்கூடிய வகையில் இந்த ஏரியின் அடைய முடியாத தன்மையைக் குறிப்பிடுகிறார். ஏரியை அடைய முற்படுபவர்கள், "கெட்ட சகவாசங்களால் வழிதவறிப் போதல்களாலும்," "குவிந்து கிடக்கும் வீட்டுச் சுமைகளாலும்" செல்லும் வழி அடைபட்டிருப்பதைக் கண்டு மருகுவதைத் துளசிதாசர் தன் பாடல்களில் விவரிப்பதையும் அவர் குறிப்பிடுகிறார்.

மானசரோவர் நாவலில் 'புரிந்துகொள்ளுதல்' என்ற மணலில் சேகரமாகும் மன ஏரிக்குச் செல்லத் தடைகளென்று துளசிதாசர் சொல்லும் முதல் வகைத் தடைகளைச் சத்யன்குமாரும், இரண்டாம் வகைத் தடைகளைக் கோபாலும் எதிர்கொள்ளுபவர் களாக இருக்கிறார்கள். இந்தத் தடைகள் நவீன உலகின் விசைகளோடும், அது தருகிற வாழ்க்கை அழுத்தங்களோடும் தொடர்புறுத்தப்பட்டுக் கதையாடலில் வைக்கப்படுகின்றன என்பதே சிறப்பு. ஆனால் இத்தடைகள் தாண்டப்படுகின்றன: கோபால் துறவொத்த நிலையை ஏற்பதாலும் சத்யன்குமாரின் மனம் திறந்த வாக்குமூலத்தாலும், மன ஏரி எனும் உருவகம் சுட்டும் புரிந்துகொள்ளுதல் எனும் மீட்சி அவர்களுக்குக் கிட்டிவிடுகிறது என்று தோன்றுகிறது.

ஆனால், ஆண்கள் மாத்திரமா மானசரோவரின் கதாபாத்திரங்கள்? அவர்கள் மட்டுமா நவீன வாழ்வைச் சமைப்பவர்கள், அல்லது நவீன வாழ்வால் வடிவமைக்கப் படுபவர்கள்? பொறுப்பற்ற கணவனோடு வாழ்க்கை நடத்தும் ஐம்பகமும், ராட்சதனாகவே கணவன் அமைந்திருக்கும் சியாமளாவும்கூட அழுத்தங்களையும் அசுத்தங்களையும் எதிர்கொள்ளுகிறார்கள். கணவனின் வேலையின் இயல்பாலும் அதன் நிரந்தரமின்மையாலும் ஐம்பகத்துக்கு ஏற்படுகிற பதற்றம், இந்தப் பதற்றத்தின் காரணமாகக் கோபால் மேல் அவள் வைக்கிற குற்றச்சாட்டுகள், திரைப் பிம்பமான சத்யன்குமாரின் மீது அவளுக்கிருக்கும் இச்சை, இவற்றையெல்லாம் கதையாடல் பதிவு செய்கிறது. கூட்டுக் குடும்பம் என்பது காணாமல் போய் விட்ட நிலையில், நகரத்துக்கு இடம்பெயர்ந்துவிட்ட தனிக் குடும்ப வாழ்வில் யார் உதவியுமில்லாமல், உறவுமில்லாமல் குடும்பத்தை அவள் நகர்த்திச் செல்ல வேண்டியிருக்கிறது. தன் அம்மாவைக் கூடத் தேவைப்படும்போது அவளால் அழைத்து வைத்துக்கொள்ள முடியவில்லை. அதே போலத் திரைத் துறை யில் இளம் கலைஞர் என்ற சுரண்டல் நிலையைத் தாண்டிச் செல்ல முடியாத சியாமளாவின் வறிய, ஆதரவற்ற நிலை. இந்தப் பெண்களுக்கு நவீன வாழ்வுச் சுழலிலிருந்து மீளக் கிடைக்கும் தீர்வென்ன?

இவற்றைப் பேசுமுன் 'புரிந்துகொள்ளுதல்' என்று மானசரோவர் மன ஏரி உருவகத்தால் விளக்கப்படும் மீட்சியை, நாவல் எப்படி முன்னிறுத்துகிறது எனப் பார்க்கலாம். கோபாலின் மீட்சியை *decentring of the self*, அதாவது மையப்படுத்தப்பட்டிருக்கும் தனிமனித சுயம் கலைதல் என்றே பொருள்கொள்ள முடிகிறது. சித்தர் அறைந்தவுடன் கோபாலுக்கு மாற்றம் நேர்கிறது: "என்னுள் என்னையே ஒதுங்கியிருந்து பார்க்க முடிந்தது. பார்க்க முடிந்தது என்று சொல்வது தவறு. என்னுள் ஒருபாதி இன்னொரு பாதியைச் சதாசர்வகாலமும் உற்றுப் பார்த்துக்கொண்டிருப்பதைத் தடுக்கவோ அடக்கவோ முடியவில்லை."

முண்டக உபநிடத்தில் ஒரு பறவை அதன் உடலோடான சுயத்தின் செயல்பாடுகளில் (கனியை உண்ணுதல் போன்ற செயல்பாட்டில்) ஈடுபட, இன்னொன்று அதைச் செயலற்றுப் பார்த்தபடி இருப்பதை இங்கே இணைத்துப் பார்க்கலாம். நவீன மனித சுயத்தின் தன்மையாகச் சொல்லப்படும், அதைத் தொடர்ந்து வடிவமைக்கும் சுய பரிசீலனையிலிருந்து வேறுபட்டது இந்த உற்றுப் பார்த்தல். இது தனிமனிதரெனும் வலிந்த சுயத்தை, அடையாளத்தைத் தனக்குள் உற்றுப் பார்ப்பதன் வாயிலாகப் புறந்தள்ளுவதாக உள்ளது. இந்த உற்றுப் பார்ப்பதன் நீட்சியே கோபாலின் துறவொத்த நிலை. சத்யன்குமாரைப் பொறுத்தவரை அவன் துறவியாகிவிடவில்லை என்றாலும், மானசரோவரில் அவன் மனம் திறப்பதன் மூலம் மன அழுக்குகள் அல்லது ரகசியங்கள் களைந்த பின், நடிகன் என்கிற அவனின் சுய அடையாளம் நீங்கப்போவது அறிவிக்கப்பட்டுவிடுகிறது. "இனிமேல் உனக்குப் பெரிய பணம் காசு எல்லாம் வராது. உன்னை விட்டுக் கூட்டமெல்லாம் அதுவாகவே போய்விடும்," என்று சித்தர்வாக்காக வருகிறது.

ஆனால், நாவலில் ஜம்பகத்துக்கும் சியாமளாவுக்கும் துறவு ஒரு தேர்வாகக்கூடக் கொடுக்கப்படுவதில்லை. மன ஏரியில் அமிழ்தலின் மூலம் புரிந்துகொள்ளுதலெனும் மீட்சி, ஆண்களுக்குக் கிடைப்பதுபோல அவர்களுக்குக் கிட்டுவதில்லை. ஆனார்லும், சுயம் கலைதல் அவர்களின் பாதைகளிலும் நடக்கிறது என்பதே நவீனப் பரப்பாகும் கதையாடலின் முக்கியத்துவம். நினைவைத் துறத்தலுக்குப் பதிலாக மனம் பிறழ்தல் ஜம்பகத்துக்கு நடக்கிறது. விளைவாக, குடும்பத்தில் அவள் இடம் பறிபோகிறது. சியாமளாவைப் பொறுத்தவரை இந்தக் கலைதல், சத்யன்குமாரின் குடும்பத்தில் அவள் தன்னை ஒப்புக் கொடுப்பதிலிருந்து நடக்கிறது. "கோட்டைக் கொத்தளங்களைப்" போன்ற நெகிழ்வற்ற மரபுகளில், குடும்பப் பழக்கவழக்கங்களில் சிக்கிக்கொண்டிருக்கிற, சத்யன்குமாரின் வார்த்தைகளில்

   

சொன்னால் "நவாபின் ஹவேலி" போன்ற வீட்டில், நோயுறுகிற அவனோடு அவள் வாழச் செல்கிறாள். அப்படி அவள் வாழச் செல்வதைத் தன்னையே தந்துவிடும் தியாகம் என்றுதான் கருத முடியும். அவளது தியாகம் இதுவரை அவள் அனுபவித்த கொடுமைகளுக்குமான தீர்வாகவும் இருக்கிறது.

மானசரோவர் கதையாடல் நவீனமயமாக்கத்தின் விசைகள் கட்டமைக்கும் நவீன வாழ்வின் வேகச்சுழலில் தவிக்கும் மனிதர்களைப் பற்றியது. சுழலில் நீந்திக் கரை சேர முயலும் அவர்களின் யத்தனங்களை, அந்த யத்தனங்களின் பொருளற்ற தன்மையைப் பற்றியது. சுழலின் வேகத்தைத் தமதாக்கத் தெரியாமல், அல்லது அதை அப்படித் தமதாக்குவதில் விருப்பமில்லாமல் விலகியிருப்பவர்களைப் பற்றியது. ஓர்மையும் தன்னுறுதியும் (self-affirmation) புனையப்படுகிற நவீனத் தனிமனித சுயத்தைக் கதையாடல் வியந்தோதுவதில்லை. மாறாக அது, துறத்தல், வாக்குமூலத்தில் ஒப்புக் கொடுத்தல், தியாகம் செய்தல், மனநிலை பிறழ்தல் போன்றவற்றின் வாயிலாகச் சுயம் புறந்தள்ளப்படுதலை நவீனமயமாக்கப்பட்ட வாழ்வின் அல்லல்களுக்கான எதிர்ப்புள்ளியாக, மீட்சியாக வைக்கிறது. அவ்வாறு வைப்பதன் வாயிலாக இத்தகைய வாழ்வு குறித்த வலுவான நவீனத்துவ விமர்சனமாகவும் செயல்படுகிறது மானசரோவரின் கதையாடல்.

## எழுத உதவிய நூல்கள் / கட்டுரைகள்

அசோகமித்திரன். 1989. மானசரோவர். நாகர்கோவில்: காலச்சுவடு பதிப்பகம், 2014.

Berman, Marshall. *All that is Solid Melts into Air: The Experience of Modernity.* New York: Penguin, 1988.

Chakrabarty, Dipesh. "*Memories of Displacement: The Poetry and Prejudice of Dwelling.*" *Habitations of Modernity: Essays in the Wake of Subaltern Studies.* Chicago: The University of Chicago Press, 2002.

Lutgendorf, Philip. "*The View from the Ghats: Traditional Exegesis of a Hindu Epic.*" *The Journal of Asian Studies,* 48. 2 (May, 1989): 272-288.

# மறதியின் கவித்துவம்: சமூக அடையாளம் மற்றும் சுய-வரையறையின் அன்றாடத் தன்மையிலான வெளிப்பாடுகள்

(அசோகமித்திரனின் '18வது அட்சக்கோடு' நாவலை முன்வைத்து)

ராமாநுஜம்

மதம் சார்ந்து கட்டமைக்கப்பட்டிருந்தாலும், நவீன அரசியல் சார்ந்து கட்டமைக்கப்பட்டிருந்தாலும் சமூக அடையாளம் என்பது பிரக்ஞைபூர்வமான நிலைப்பாடாகத்தான் இருக்கின்றது. மதம், அரசியல் என்னும் இரண்டு தளங்களிலுமே சமூக அடையாளம் சில அர்த்தங்களையும் சலுகைகளையும் நலன்களையும் அதிகாரத்தையும் அகங்காரத்தையும் ஒதுக்குதலையும் சுரண்டலையும் கொண்டதாகத்தான் இருக்கின்றது. அவ்வளவு சுலபத்தில் அழிக்க முடியாத சமூக அடையாளக் குறிகள் ஒரு தனிமனித சுய-வரையறையின் பகுதி யாகக் கட்டமைக்கப்படுகின்றன. சமூக அடையாளக் குறிகள் தனிமனித சுய-வரையறையோடு முரணற்று முற்றும் முழுவதுமாக ஒன்றிணைந்து போகின்றன என்று மட்டுமே அர்த்தப்படுத்திக்கொள்ள முடியாது. சமூக அடையாளக் குறிகளோடு தனிமனிதனின் சுய-வரையறை சதா ஓர் உரையாடலை நிகழ்த்திக் கொண்டுதான் இருக்கின்றது. சமூக அடையாளங்கள்

வெளிப்படுத்தும் அர்த்தப்பாடுகளோடு இணைந்துபோவது, எதிர்ப்பது, சமரசம் செய்துகொள்வது என்றெல்லாம் இந்த உரையாடலின் வழி சாத்தியப்படுகின்றது. இந்த உரையாடலில், சமூக அடையாளத்தை நிராகரிக்கும் உச்சகட்டம்தான் சுய – அழிப்பு என்பதாக நான் அர்த்தப்படுத்திக்கொள்கிறேன்.

ஆனால் நவீன சமூக அடையாளத்தில் எங்கோ 'மற்றமை'யை வரையறுக்கும் சட்டகம் உருவாக்கப்படுகின்றது. நவீன சமூக அடையாளத்தில் மற்றமை பற்றியான வரையறையானது வரலாறு, விஞ்ஞானம் மற்றும் தொழில்நுட்ப வளர்ச்சி, வரலாற்றுரீதியிலான பரிணாம வளர்ச்சி போன்றவைகள் சார்ந்து வரையறுக்கப்படுகின்றது. இந்தச் சட்டகங்கள் உலகளாவிய தன்மை பெற்றதில்தான் நவீனத்துவத்தின் தார்மீகம் அடங்கியுள்ளது. உதாரணத்திற்கு, மதமென்ற ஒன்று எல்லாப் பண்பாடுகளிலும் காணப்படுகின்றது என்கின்ற நிலைப்பாட்டைச் சொல்லலாம். மதம் என்ற கருத்தாக்கம் படைப்பாளி (creator), படைப்பு (creation) என்ற பிளவைச் சார்ந்திருக்கிறது. நம் சமூகத்தில் இந்தப் பிளவு இல்லை. மேலும் இங்கு கடவுள் என்பது படைப்பாளி மீதான 'நம்பிக்கையைச்' சார்ந்தில்லை. நம் சமூகம் சடங்குகள் சார்ந்தது. சடங்குகள் 'நம்பிக்கைகள்' சார்ந்தவையல்ல; 'செயல்' சார்ந்தவை. இதன்விளைவு, நவீனத்துவச் சட்டகத்தில் சடங்கு ரீதியான சமூகம் மத ரீதியான சமூகமாக அர்த்தப்படுத்தப்படுகிறது. நம் வாழ்க்கையானது சடங்குகள் சார்ந்தவையாகவும் அர்த்தப்பாடுகள் ஆனது மதம் சார்ந்தவையாகவும் பிளவுபட்டுக் கிடக்கின்றன. வரலாறு என்ற தொழில்நுட்பத்தின் ஊடாக நாம் இந்தப் பிளவைத் தக்கவைத்துக் கொள்கிறோம்.

ஒரு தனிமனிதனின் இருப்பு உண்மையான அல்லது கற்பனையான அச்சுறுதலுக்கு உள்ளாகும்போது, தனிமனித சுய – வரையறையில் சாத்தியப் படக்கூடிய சுதந்திரமான வெளிகள் பின்னுக்குத் தள்ளப்பட்டு, தன்னிலை மிக மூர்க்க மாகச் சமூக அடையாளத்தோடு ஒன்றெனக் கலந்துவிட முயலுகிறது. இத்தகையச் சூழலில் பன்முகத் தன்மைகொண்ட மற்றமையின் அன்றாடத் தன்மையிலான வெளிப்பாடுகள் சாராம்சத் தன்மையைப் பெறுகின்றன. அதேநேரத்தில் ஒரு தன்னிலையும் சாராம்சத் தன்மையைப் பெறுகின்றது. இங்கு அன்றாட வாழ்க்கை சார்ந்த வெளிப்பாடுகள் மேலாதிக்கத்தின் அல்லது ஒதுக்குதலின் குறிகளாக மாறிவிடுகின்றன. இவையெல் லாம் அரசியல் தளத்தில் வரலாறு, தேசியம், சிறுபான்மை –, பெரும்பான்மை போன்ற கருத்தாக்கங்களாக மொழியாக்கம் பெறுகின்றன. அதாவது வரலாற்றுக்கு வெளியே, அரசியல்

சொல்லாடல்களுக்கு வெளியே சாத்தியப்படக் கூடிய அன்றாடத் தன்மையின் வெளிப்பாடுகள் புது அர்த்தத்தைப் பெறுகின்றன. இத்தகைய புது அர்த்தங்கள் சுய –வரையறையின் பகுதியாகும் போது, அங்கு சுயம் என்பது ஏதுமற்றதாகின்றது.

அசோகமித்திரனின் '18வது அட்சக்கோடு' நாவலை முன்வைத்து, சமூக அடையாளம் ஒரு தனிமனித சுய – வரையறை யின் பண்பாக மாற்றம் கொள்வதில் உள்ள சிக்கல்களைப் புரிந்துகொள்ள முயற்சிப்பதுதான் இந்தக் கட்டுரையின் நோக்கம். இக்கட்டுரை, வரலாறு என்ற தொழில்நுட்பம் இன்னும் எல்லா மனிதர்களையும் முற்றும் முழுவதுமாக ஆக்கிரமிக்கவில்லை. வரலாறு என்ற தொழில்நுட்பத்திற்குக் கட்டுப்படாத தன்னிலைகள் இன்னும் சாத்தியப்படுகின்றன என்ற முட்டாள்தனமான நம்பிக்கையை அடிப்படையாகக் கொண்டுள்ளது. இந்த நாவலின் சிறப்புப் பண்பு இதுதான்: மிகக் குறுகிய காலத்தில் தனிமனிதர்களின் சமூக அடையாளம், சுய – வரையறைகள் எல்லாம் காலச் சுழற்சியில் சிக்கிக்கொண்டு பெரும் மாற்றத்திற்கு உள்ளாகின்றன. நேற்றைய அடிப்படைகள் இன்று தலைகீழாகிப் போகின்றன. இன்றைய அடிப்படைகள் மறுநாள் தலைகீழாகிப் போகின்றன. இந்த மாற்றத்தில் தனிமனிதர்கள் சிக்கித் தவிக்க வேண்டியுள்ளது. இத்தகைய சிக்கலின் ஒரு பகுதியாக அசோகமித்திரன் வாழ நேர்ந்து காலம் அவருக்கும் கொடுத்த கொடை என்றுதான் சொல்லவேண்டும். அந்த ஈடில்லா அனுபவத்தை அவர் இலக்கியமாக்கியதற்கு நாம் என்றும் அவருக்குக் கடமைப்பட்டுள்ளோம். வேறு வார்த்தை களில் சொல்வதென்றால், கால வெள்ளத்தில் மிகச் சுலபமாகக் காணாமல் போயிருக்கக்கூடிய மனித அவலங்களை ஒரு மானுட அனுபவமாக நமக்கு அளித்திருக்கிறார். ஒரு சிறந்த படைப்பாளியின் பண்பு இதுவாகத்தானே இருக்க முடியும்?

காலனிய எதிர்ப்பு, இந்தியா என்ற புவிசார் – அரசியல் தொகுப்பின் உருவாக்கம், காந்தியின் படுகொலை, ஜின்னாவின் மரணம், இந்திய யூனியனோடு சேர நிஜாம் மறுப்பது, ஹைதராபாத் சமஸ்தானத்திற்குள் அன்றாடப் பொருட்களுக்கு ஏற்படும் தட்டுப்பாடு, இந்திய ராணுவம் சமஸ்தானத்திற்குள் நுழைவது, நிஜாம் இந்திய யூனியனோடு இணைய ஒப்பந்தம் போடுவது என்ற மிகவும் சிக்கலான காலக்கட்டத்தில், செகந்திராபாதில் வாழும் மனிதர்களை இந்த நாவல் கையாளுகின்றது. இந்தியா என்ற புவிசார் – அரசியல் தொகுப்பின் உருவாக்கம் செகந்திராபாதில் வாழும் மனிதர்களை எவ்வாறெல்லாம் உருமாற்றுகின்றது என்பதை மெட்ராஸ் பிரசிடென்ஸியிலிருந்து நிஜாம் ஆட்சிக்கு உட்பட்ட செகந்திராபாதில் வேலை நிமித்தமாகக்

குடியேறிய நடுத்தர வர்க்கப் பார்ப்பனக் குடும்பத்தைச் சேர்ந்த சந்திரசேகரனின் பார்வையிலிருந்து முன்வைக்கப்படுகின்றது. இந்த நாவலின் கதைசொல்லி நாவலின் பிரதான பாத்திரமான சந்திரசேகரனோடு ஒண்டிக்கிடக்கிறான். சந்திரசேகரனின் உலகத்திற்கு அப்பால் கதை சொல்லிக்கு வேறு உலகங்கள், மனிதர்கள் இருப்பதுபோல் தெரியவில்லை. அதனாலேயே இந்த நாவல் ஒரு சுய – வரையறையின் பயணமாக உள்ளது.

சந்திரசேகரன் குடும்பத்தின் இருப்பு மூன்று தளங்களில் செயல்படுகின்றது: எண்ணிக்கையில் அதிக இந்துக்களைக் கொண்டிருக்கும் பகுதியில் ஒரு முசல்மான் ஆட்சியில் வாழ வேண்டிய தளம். அதிக எண்ணிக்கையைக் கொண்ட இந்துக் களில் ஒரு சிறு பகுதியாக, தமிழர்களாக வாழ வேண்டிய தளம். சந்திரசேகரனின் அப்பா நவீனத்துவத்தின் குறியீடாக இருக்கும் ரயில்வே துறையில் வேலை பார்ப்பதால் அது ஒருவித சாதிய மற்றும் நவீனத்துவம் சார்ந்த அதிகாரத் தளம். சாதியத் தன்னிலையாகப் பார்ப்பனச் சாதியின் கலாச்சாரம். இத்தகைய தளங்களில் ஓர் அரசியல் நிலைப்பாடு ஸ்தூலமாக உள்ளடங்கியுள்ளது. அதாவது இந்தியா என்ற புவிசார் – அரசியல் தொகுப்போடு ஹைதராபாத் சமஸ்தானத்தை இணைப்பதற்கான அரசியல் விருப்புறுதி. இந்து – தமிழர் – பார்ப்பனர் என்ற கூட்டின் அடிப்படை இந்த அரசியல் விருப்புறுதிக்கு அடித்தளமாகின்றது. இந்த விருப்புறுதி உருவாக்கும் சங்கடங்களும் நம்பிக்கைகளும் நிலைப்பாடுகளும் மிக நுட்பமாக வெளிப்படுத்தப்படுகின்றன. ஏனெனில் மற்ற இந்துக்கள் போலவே, சந்திரசேகரனின் குடும்பத்தினராலும் இந்த விருப்புறுதியின் கடந்த கால மற்றும் எதிர்கால அடிப்படைகளிலிருந்து அவ்வளவு சுலபமாகத் தங்களை விடுவித்துக்கொள்ள முடிவில்லை. இருந்தாலும், தங்களைச் சுற்றி நடக்கும் நிகழ்வுகளில் ஒரு பார்வையாளனாக இருப்பதைத் தவிர வேறு எதுவும் செய்ய முடியாது என்ற நிலையைத்தான் சந்திரசேகரனின் குடும்பம் தேர்ந்தெடுக்கின்றது.

இந்துக்கள் என்ற தொகுப்பின் அரசியல் விருப்புறுதியாக வெளிப்படுத்தும் செயல்பாடுகளில் பங்கேற்பாளனாக இருக்கச் சந்திரசேகரன் விரும்பவில்லை. ஆனால், கொஞ்சம் கொஞ்சம் இந்த அரசியலுக்குள் சிக்கிக்கொண்டு பங்கேற்பாளனாக மாறுகிறான். கொஞ்சம் கொஞ்சமாக ஷேர்வானி அணிந்திருப்பவர்களும், வரலாறு பாடம் படிப்பவர்களும் ஓர் அரசியல் நிலைப்பாட்டின் குறியாக மாறுகிறார்கள். பொருளாதார ரீதியாகவும் சமூக ரீதியாகவும் மதரீதியாகவும் இவை வேறு அர்த்தங்களைப் பெறுகின்றன. ஆனால் இந்த வேறுபாட்டை உணரும் காலக்கட்டத்திற்கு முன் சந்திரசேகரனுக்கு வேறு விதமான

அனுபவங்கள் சாத்தியப்படத்தான் செய்தன. 12 வயது சிறுவனின் பார்வையிலிருந்து விவரிக்கப்படும் அனுபவங்கள் இளவயதிற்கே உரிய அன்றாடத் தன்மையின் அழகோடு உள்ளன. வேறு வார்த்தைகளில் சொல்வதென்றால் அந்தத் தருணங்கள் வரலாற்றிற்கு வெளியே உள்ளன. அதாவது சந்திரசேகரன் இன்னும் வரலாற்றிற்குள் நுழையாதவனாக இருக்கிறான். "லான்சர் பாரக்ஸில் சட்டைக்காரர்கள் வீட்டுக்கெல்லாம் ஆப்தனானேன். முஸ்லிம் வீடுகளில் அவர்களுடைய சாக்குத் துணித் திரையைத் தாண்டியும் போகக் கூடியவனானேன். கோழியின் கழுத்தை நெரிப்பதைச் சலனமில்லாமல் பார்க்கத் திடம் பெற்றேன். மாரிஸுடைய தகப்பனார் தாயார் இருவரும் குடித்துவிட்டு ஒருவரையொருவர் அடித்துக்கொள்ளும்போது அதே அறையில் அவன் அண்ணன் டெரின்ஸ், அவனுடைய சகோதரிகளுடன் "மொனாப்பலி ஆட்டம் ஆடினேன்" என்கிறான் சந்திரசேகரன். மேலும், "மனித மனமே சிறிதும் நம்பிக்கைக்குகந்தன அல்ல. பல வருடங்கள் இருந்த சுவடே தெரியாமல் பிரக்ஞையிலிருந்து அழிக்கப்பட்டிருக்கும். ஏதோ ஐந்து நிமிடங்கள் அநாதிகால நீட்டிப்புப்போல் அணு அணுவாக நினைவின் மேல் தளத்தில் வைத்திருக்கும். அதனுடைய கடிகாரமும் காலண்டரும் தனி, ஒரு வேளை அதெல்லாம் அதற்குக் கிடையவே கிடையாதோ என்னவோ" என்று எண்ணும்போது, ஒன்று தெளிவாகத் தெரிகின்றது. ஒரு தனிமனிதனின் கால – வெளிப் பரப்பு எப்போதும் வரலாற்றுக் கால – வெளிப் பரப்பிற்குள் மட்டுமே அடங்கியிருப்பதில்லை. வரலாற்றிக்கு வெளியே அதற்கென்ற சுதந்திரமான வெளிகளை அது கொண்டுள்ளது. வரலாற்று ராஜ்ஜியத்தின் தர்க்கங்களுக்கும் அ–வரலாற்று ராஜ்ஜியத்தின் தர்க்கங்களுக்கும் இடையேயான இறுக்கமான, நெகிழ்வான பயணங்களே நம் சமுக அடையாளம் மற்றும் சுய – வரையறையின் அடிப்படைப் பண்புகளாக உள்ளனவோ என்று யோசிக்கத் தோன்றுகின்றது. அதே சமயத்தில் குறிப்பிட்ட சமுக அடையாளத்தின் அடிப்படையில் வரலாற்றுத் தர்க்கத்திற்குள் நுழைந்தபின் அதிலிருந்து வெளியேறுவது சுய – அழிப்பின் தவிர்க்கமுடியாத பகுதியாகவும் இருக்கின்றது. இந்தச் சுய – அழிப்பிற்கான சாத்தியத்தைச் சமுகம் எப்போதும் ஒரு தனிமனிதனுக்கு வழங்கிக்கொண்டுதான் இருக்கின்றது. அதைத் தேர்ந்தெடுப்பது பிரக்ஞைப் பூர்வமான நிலைப்பாடாக உள்ளது. மொத்தத்தில் அடையாளக் கட்டமைப்பு மற்றும் அடையாளத் தகர்ப்பு, இரண்டுமே பிரக்ஞைப் பூர்வமான நிலைப்பாடாகத்தான் உள்ளன.



ராமானுஜம்

அடையாளக் கட்டமைப்பு, அடையாளத் தகர்ப்பு ஆகிய இரண்டிற்கும் இடையேயான உரையாடலை நாவல் மிகச் சிறப்பாகப் பதிவு செய்கின்றது. நாஸீர் அலிகான் தலைமையில் கிரிகெட் நெட் பயிற்சியின்போது ஆட்டத்தில் அவனது போதாமையைச் சந்திரசேகரன் முழுமையாக உணர்கிறான். தொடர்ந்து வீசப்படும் பந்துகளுக்கு மத்தியில் அவன் சிக்கித் தவிப்பது மிக அற்புதமாக விவரிக்கப்படுகின்றது. ஆனால் சந்திரசேகரன் அவனது நெட் பயிற்சி அனுபவத்தை இவ்வாறு முடிக்கிறான்: "நான் இனிமேல் ஆடப்போவதில்லை. ஆட வரப் போவதில்லை. எனக்கு வேண்டாம் இந்த நவாபு – ஜாகீர்தார்களின் உறவும் அவர்களுடனான விளையாட்டும்." இங்கு அவனுடைய போதாமைக்கு ஓர் உருவகம் கொடுக்கப்படுகின்றது. ஆனால், நெட் பயிற்சி முடித்துத் திரும்பும்போது, நரஸிம்ஹராவ் என்ற நண்பன் நாசீர் அலிகானோடு சேர்ந்து விளையாடுவதை விமர்சிக்கும்போது, சந்திரசேகரன் அவனுடைய போதாமையை எவ்வாறு உருவகப்படுத்தினானோ அதே உருவகத்தை நரஸிம்ஹராவ் உபயோகிக்கும்போது, அவனிடமிருந்து தப்பித்துப் போக நினைக்கிறான். இருவரின் நிலைப்பாட்டிற்கும் இடையே முக்கியமான வேறுபாடு ஒன்று உள்ளது. சந்திரசேகரன் மற்றமையைக் கட்டமைக்கவில்லை. ஆனால் நரஸிம்ஹராவ் மற்றமையைக் கட்டமைக்கிறான். சந்திரசேகரன் நிலைப்பாட்டில் அவனுடைய சுய – வரையறையின் பகுதியாகத்தான் நவாபு – ஜாகீர்தார்கள் இருக்கிறார்கள். ஆனால், நரஸிம்ஹராவ் வரையறையில் அதே நாசீர் அலிகான் வெறுக்கப்பட வேண்டிய மற்றமையாகிறார்கள். இந்தத் தன்மையை நாம் சந்திரசேகரனிடம் வேறு சில சந்தர்ப்பங்களிலும் பார்க்க முடிகின்றது. அவனை ஒரு 'பெண்' சதா இம்சைப்படுத்திக்கொண்டிருக்கிறாள். அவளுக்குப் பெயர் கிடையாது. ஊர் கிடையாது. மொழி கிடையாது. உருவம் கிடையாது. 'பெண்' மட்டும்தான். ஆனால் ஸ்தூலமான பெண்களைப் பார்க்க நேரிடும் போதெல்லாம் அவர்கள் அவனுள் உள்ள அருபமான பெண்ணோடு இணைந்துகொண்டு இவனை இம்சைப்படுத்துகிறார்கள். அவன் மனதில் உள்ள உருவமற்ற பெண் போலவே அவனுடைய சுய – வரையறையும் உருவமற்றதாக இருக்கின்றது. சந்திரசேகரனின் உருவமற்ற சுய – வரையறை மற்றும் உருவமற்ற பெண் ஆகிய இரண்டு படிமங்களும் இணையும் புள்ளியை நாம் இறுதியில் பார்ப்போம்.

ஆனாலும் உருவமற்ற சந்திரசேகரனின் சுய – வரையறை மெல்ல மெல்ல ஓர் உருவம் கொண்டதாகின்றது. ஒரு முறை மாணவர்கள் ஊர்வலத்தில் போலீஸ் தடியடியில் ஈடுபட அவன்

தன்னைக் காப்பாற்றிக்கொள்ள ஓடுகிறான். ஒரு வீட்டிற்குள் நுழைந்து அங்கிருக்கும் ஒரு முஸ்லிம் மூதாட்டியின் வீட்டிற்குள் புகுந்து அவரைச் சப்தம் எழுப்பாமல் இருக்குமாறு கெஞ்சுகிறான். அந்த மூதாட்டி அவனைக் காப்பாற்றுகிறாள். ஆனால் அந்த மூதாட்டி மிக மோசமான பொருளாதார நிலையில் இருப்பதைச் சந்திரசேகரன் அங்கீகரித்தாலும், அந்த மூதாட்டியை ஒட்டிக் காய்ந்துபோயிருக்கும் நிஜாமோடு ஒப்பிட்டுப் பார்க்கிறான். சத்தம் எழுப்பாதே என்று அந்த மூதாட்டியிடம் வேண்டியதை, பிச்சை எடுத்ததாக அர்த்தப்படுத்திக் கொள்கிறான். அந்த மூதாட்டி அவ்வளவு வறுமையில் இருந்தாலும், தான் அவரிடம் "இரு கைகளையும் ஏதோ தானம் வாங்கிக்கொள்ளப் போவது போல்", கை நீட்டி அந்த மூதாட்டியிடம் பிச்சையெடுத்திருக்க வேண்டியதில்லை என்று புலம்புகிறான். அடுத்தநாள் ஷேர்வானி அணிந்த மாணவர்கள் இவனைப்போன்ற மாணவர்களைப் பார்த்து "நீங்களாடா எங்கள் நிஜாமை தூக்கித் தூரப்போடப் போகிறீர்கள்" என்று இளக்காரமாகக் கேட்பதுபோல் உணர்கிறான். ஒரு தீர்மானத்திற்கு வருகிறான். இனி ஓடக் கூடாது. இதுபோலவே நிஜாமின் சுங்கச்சாவடியில் வேலை பார்க்கும் ஒரு பெண்மணியை ஜின்னாவின் சகோதரியுடன் ஒப்பிட்டுப் பார்க்கிறான். இவ்வாறு உருவகப்படுத்துவது, இவனை எங்கு கொண்டுவிடப் போகின்றது என்ற கலக்கம் நம்மை ஆட்கொள்கின்றது. சந்திரசேகரனின் அரசியல் விருப்புறுதி சார்ந்து அவனது சுய – வரையறைக்கு ஓர் உருவம் கிடைக்கத் தொடங்கிவிட்டதோ என்று சந்தேகிக்க வேண்டியுள்ளது. நரஸிம்ஹராவ் தூண்டுதலில், ஒரு துண்டறிக்கையில் ரத்தத்தில் கையெழுத்துப் போடும்போதும், பாரதியின் 'விடுதலை' பாட்டைப் பாடும்போதும் உருவம் பெறுவது ஸ்தூலப்படுகின்றது என்றே தோன்றுகிறது.

காந்தியின் மரணத்தைச் சந்திரசேகரன் எதிர்கொள்ளும் விதம் இதுவரை நமக்குப் பரிச்சயமில்லாத சந்திரசேகரனை அறிமுகப்படுத்துகின்றது. மிகப் பிரம்மாண்டமாக விவரிக்கப்பட் டிருக்கும் இந்த அத்தியாயத்தை ஒரு விதமான அவல நகைச்சுவையாகத்தான் நாம் எடுத்துக்கொள்ள முடியும். காந்தி படுகொலை செய்யப்பட்டார் என்ற செய்தி அவனிடம் வெறியைத் தோற்றுவிக்கின்றது. அவன் உடலில் திடீரென்று இரத்தம் சூடேறுகிறது. முடிந்தால் ஒரு முஸ்லிம் அல்ல நூறு முஸ்லிம் களைக் கொல்லவேண்டும் என்ற எண்ணம் தோன்றுகிறது. முடிந்த மட்டும் முஸ்லிம்களைக் கொன்றுகொண்டே இருக்கவேண்டும் என்றும் தோன்றுகிறது. நிஜாமைக் கொன்றுபோட வேண்டும் என்று தோன்றுகிறது. இந்தச் சிந்தனை ஓட்டத்தைத்

தொடர்ந்து இயலாமை வெளிப்படுகின்றது: "நூறு முஸ்லிம்கள் கொல்லப்படுவதற்குக் கழுத்தைக் காட்டிக்கொண்டா நிற்பார்கள்? கழுத்தைக் காட்டிக்கொண்டு இந்துக்கள்தான் நிற்கிறார்கள்." இதனோடு சேர்ந்து லம்பாடிகள் இந்துவா முஸ்லிமா என்றும் கேட்டுக்கொள்கிறான். சந்திரசேகரனின் சிந்தனையோட்டத்தையும் அவனது இயலாமையையும் நாம் எவ்வாறு அர்த்தப்படுத்திக்கொள்ளப் போகிறோம். இத்தகைய சிந்தனை காந்தியைக் கொன்றது ஓர் இந்துதான் என்ற தகவலை அறியாத கணத்தில் தோன்றியதாகும். ஆனால் இது நமக்கிங்கு முக்கியமில்லை. செகந்திராபாத் என்ற குறுகிய பிரதேசத்திற்குள் அவன் அர்த்தப்படுத்திய அரசியலுக்குள் அவன் காந்தியின் மரணத்தைப் பொருத்திப் பார்க்கிறான் என்று எடுத்துக்கொள்வதா அல்லது இந்தியா என்ற புவிசார்– அரசியல் தொகுப்பின் மீது ஏக்கம் கொண்ட அரசியல் நிலைப்பாட்டோடு பொருத்திப் பார்ப்பதா? இல்லை அந்தக் கணத்தில் தோன்றிய சிந்தனை மற்றும் இயலாமை என்று மட்டுமே எடுத்துக்கொள்ள முடியுமா? காந்தியின் மரணத்தினால் ஏற்பட்ட இயலாமை வெளிப்படுவதற்கு ஒரு குற்றவாளியை அடையாளப்படுத்தும் உந்துதல் ஏன் மேலேழுந்து வருகின்றது? இதே உணர்வுகள், இதே துயரம் ஒரு முசல்மானிடம் அதே வகையான உணர்வுகளைத்தானே தோற்றுவித்திருக்கும். அவனும் துயரத்தை வெளிப்படுத்துவதற்கு முன் ஒரு குற்றவாளியை உருவகப்படுத்தியிருக்கும் சாத்தியங்கள் உண்டுதானே? நாம் காந்தியின் படுகொலையில் மறைந்திருக்கும் இந்துத்துவ அரசியல் பற்றி பிரக்ஞை பெற்றவர்கள். ஆனால் சந்திரசேகரன் அந்தத் தருணத்தின் இறுக்கத்திற்குள் முழுமையாகச் சிக்கிக் கொண்டவனாக இருக்கிறான்.

இந்தியத் தேசியம் என்ற மொத்தக் கட்டமைப்பும் காந்தி என்ற குறியை அபகரித்துக்கொள்ளும் புள்ளி இந்த உணர்விலிருந்துதான் தோற்றம் கொள்கின்றதா? இந்துப் பெரும்பான்மை அரசியலுக் கான தார்மீகம் இந்தப் புள்ளியிலிருந்துதான் பெறப்படுகின்றதா? காந்தி என்ற குறி இந்துத்துவ சக்திகளால் அபகரிக்கப்படும் அபாயத்தை நம்மைப்போலவே சந்திரசேகரனும் அறிந்திருக்க வில்லை என்றுதான் தோன்றுகிறது. நாவல் இந்தப் பகுதியைக் கையாளும் பிரம்மாண்டமும் அபத்தமும் ஒன்று சேர்ந்து சந்திரசேகரனையும் நம்மையும் நாமே வெறுக்கும் ஒரு பகுதியாக்குகின்றது. ஒன்று மட்டும் நிச்சயம்: கெமிஸ்டிரி ஆசிரியர் தம்பிமுத்து, "முன்னே துரைங்க இருப்பாங்க. இனிமே காந்தி குல்லாக்காரங்க இருப்பாங்க" என்று சொல்லி இந்த மாதிரி போராட்டங்களில் சந்திரசேகரன் கலந்துகொள்ள வேண்டாம்

என்று அறிவுரை சொல்கிறார். இந்த அரசியல் நிலைப்பாடு நிச்சயமாக சந்திரசேகரனுக்கு உகந்ததாக இருந்திருக்க முடியாது.

காந்தியின் படுகொலை விவரிப்புகளுக்குப் பிந்தைய செகந்திராபாத்தின் சூழ்நிலை அடியோடு மாறிவிடுகின்றது. ஒரு முசல்மானின் நலனானது நிஜாம் ஆட்சி தொடர்வதில் உள்ளது என்றால், ஓர் இந்துவின் நலன் இந்திய யூனியனோடு சேருவதில்தான் உள்ளது. இங்கு வரலாறு மட்டுமல்ல எதிர்காலமும் அன்றாடத் தன்மைக்குள் நுழைக்கப்படுகின்றது. இரண்டு சம்பவங்களையும் நாமிங்கு குறிப்பிட்டுச்சொல்ல வேண்டியுள்ளது. பக்கத்து வீட்டு காஸிம் அவன் வீட்டில் தண்ணீர் வரவில்லை என்று சந்திரசேகரன் குடும்பத்தோடு சண்டை பிடிப்பது. ஒண்டிக் குடித்தனங்களில் மிக அத்தியாவசியமான தண்ணீர் போன்றவற்றைப் பகிர்ந்துகொள்ள நேரிடும் போது பொதுவாகக் குடும்பங்களுக்கு இடையே நடக்கக்கூடிய சண்டைதான். ஆனால், இந்தியாவோடு ஐக்கியப்பட நிஜாம் மறுக்கும் சிக்கலான அரசியல் சூழ்நிலையில், இந்தச் சண்டை நமக்கு வேறு அர்த்தத்தைக் கொடுக்கின்றது. இப்படியாக அர்த்தப்படுத்திக்கொள்ள நேரடியாக எந்த வார்த்தைகளும் நாவலில் கிடையாது. ஆனால் அத்துமீறி சந்திரசேகரன் வீட்டில் இருக்கும் குழாயைப் பரிசோதிக்க காஸிம் சுவர் ஏறிக் குதித்து வருகிறான்; மிரட்டுகிறான். இதற்கு முன் காஸிம் இது போல் நடந்துகொண்டதில்லை. சந்திரசேகரின் அப்பா வந்து பேசிய பிறகும் பணிந்துபோவதைத் தவிர இவர்களுக்கு வேறு வழியில்லை. இவர்கள் வீட்டிற்கு வரும் நல்லகுட்டா சையது, "இன்னமும் சட்டநாபுரம் அக்கிரஹாரத்திலே இருக்கிற மாதிரி இங்கேயும் இருக்கனும்னா முடியுமாடா?" என்று கேட்கிறார். சையது கடலூரிலும் மாயவரத்திலும் இருந்தவர். செகந்திராபாத் வந்தவுடன் உருது பேச வேண்டும் என்று தீர்மானித்தவர். நல்லகுட்டா வாலண்டியர்ஸ் கோரில் காப்டனா இருப்பதாகவும் சொல்கிறார். இவரிடம் தென்படும் மாற்றங்கள் சந்திரசேகரனை இவ்வாறு சிந்திக்க வைக்கின்றது: "இன்று இந்த செகந்திராபாத்தில் சையத் மாதிரி ஒருவரும், அப்பா மாதிரி ஒருவரும் ஒரே மாதிரி விஷயங்களை அணுகமுடியுமா? அணுகினாலும், ஒரே மாதிரி முடிவுகள், விளைவுகள் இருவருக்கும் கிடைக்குமா? இருவருக்கும் விளைவுகள் வெவ்வேறாக இருக்கும் என்னும்போது, எப்படி ஒரே மாதிரி அபிப்பிராயம் இருக்க முடியும்?" இதன் தொடர்சியாய், ரயில்வேயில் வேறு எவரும் நுழையமுடியாதபடி ரெட்டிகளும், நாயுடுகளும் செயல்படுவதாகக் குறைப்பட்டுக்கொள்கிறார் சையது. "ஏண்டா, ரயில்வே என்ன உங்க பாட்டன் வீட்டு சொத்தா? எல்லாம் அந்த நிஜாமுதுதானே. அவரு ஆளுங்களுக்கு

                                   ராமானுஜம்

அவரு ரயில்வேயிலே வேலை இல்லேன்னா என்னடா அக்கிரமம்! ஒரு தர்மம் நியாயம் வேண்டாம்?" என்று சந்திரசேகரன் அப்பாவிடம் சையது குறைபட்டுக்கொள்கிறார். மேலும் இவர்களின் பேச்சில் பாகிஸ்தானுக்கு நிஜாம் கடன் கொடுத்தது, காங்கிரஸ் அதைக் கண்டித்தது எல்லாம் வந்து போகிறது. "ஒரு துப்பாக்கிச் சத்தம் கேட்டா அப்படியே ஒளிஞ்சுக்கிற பசங்க, இங்கே வாலாட்டினாங்கன்னா ஓட்ட நறுக்கிடுவோம்" என்கிறார். சையது நமக்கு ஒன்றைப் புரியவைக்கிறார்: பழைய உறவுமுறைகள் இனி சாத்தியமில்லை என்பதைச் சந்திரசேகரன் குடும்பம் புரிந்துகொள்ள வேண்டியுள்ளது.

ஆனால், இந்தியத் துருப்புகள் ஹைதிராபாத்திற்குள் நுழைந்தவுடன் எல்லாம் தலைகீழாகிப் போகின்றன. காஸிம் வீட்டு ஜன்னல்கள் பலகை அடித்து மறைக்கப்படுகின்றன. இனி எல்லாக் கஷ்டங்களுக்கும் நிவாரணம் வந்துகொண்டிருக்கிறது என்று சந்திரசேகரனும் நினைக்கிறான். இன்னும் ஒரு வாரம் அல்லது இரண்டு வாரம், அதிகபட்சம் ஒரு மாதம். அவ்வளவு தான். இந்தியத் துருப்புகள் முன்னேற்றம் பற்றிச் செய்தியை அறிய சந்திரசேகரனின் அப்பா காஸிம் வீட்டில் இருக்கும் ரேடியோவைக் கடனாகக் கேட்கிறார். இந்தச் சூழ்நிலையில் எப்போதும் உரத்து ஒலித்துக்கொண்டிருக்கும் காஸீம் வீட்டு ரேடியோ சப்தமில்லாமல் இருக்கின்றது. காஸிம் வீட்டில் அகதிகளாக வந்திருப்பவர்களில் ஒருவன் ரேடியோ வேலை செய்யவில்லை என்கிறான். சந்திரசேகரன் குடும்பத்தார் சந்தேகப்படுகிறார்கள். அப்போது ஒரு பெண் நீங்களே பரிசோதித்துப் பார்த்துக்கொள்ளுங்கள். வேலை செய்தால் எடுத்துக்கொண்டு போங்கள் என்கிறாள். ஆனால் அச்சத்தில் சொல்லப்பட்ட இந்த வார்த்தைகளை அனுமதியாக எடுத்துக் கொண்டு சந்திரசேகரன் உள்ளே போகிறான். இந்த வேகம் நம்மைத் திடுக்கிட வைக்கின்றது. இது எப்படிச் சாத்தியப்பட்டது? முதல் சம்பவத்தில் காஸிம் வீட்டு வாயிலில் அவனுடைய தந்தை தயங்கி நின்றதைச் சந்திரசேகரன் எப்படி மறந்துபோனான். மறந்துபோகவில்லை என்பதுதான் உண்மை. உள்ளே சென்றவன் ரேடியோ வால்வும் வேண்டுமென்றே உடைக்கப்பட்டிருப்பதைப் பார்க்கிறான்.

இவ்விரு சம்பவங்களும் நம்மை மிகவும் சங்கடமான நிலைக்குக் கொண்டுவிடுகின்றன. சமூக அடையாளம் அதிகாரத்தோடு கொண்டிருக்கும் நெருக்கம் அல்லது தொலைவு தனிமனித சுய – வரையறையின் அடிப்படைகளை மிகவும் சிக்கலான வழிகளில் மாற்றியமைக்கின்றன. இந்த மாற்றம் அரசியல் சொல்லாடல்களில் மட்டுமே வெளிப்படுவதில்லை.

அது அன்றாடத் தன்மையிலான வெளிப்பாடுகளிலும் பெருத்த மாற்றத்தை ஏற்படுத்துகின்றது. சொல்லப்போனால் எதுவும் மாறிவிடவில்லை. அதே ஜனத்தொகைதான். சற்றுக் கூடுதலாகப் பிற பகுதிகளிலிருந்து சில முசல்மான்கள் அகதிகளாக வந்திருக்கலாம். அதே நிலப்பரப்புத்தான். அங்கிருக்கும் செடி கொடி எதுவும் மாறிவிடவில்லை. அதே மனிதர்கள்தான். இந்திய அரசை எதிர்த்து நின்ற நிஜாம் அதனிடம் பணிந்துபோகிறார். இது ஒன்றுதான் மாற்றம்.

ஆனால், இங்கு சுய – வரையறைகளில் பெரும் மாற்றங்கள் நிகழ்கின்றன. முதல் சம்பவத்தில் காஸிம் அவனுடைய அடையாளத்தை மதம் சார்ந்த அரசதிகாரத்தோடு பொருத்திக் கொள்கிறான். இரண்டாவது சம்பவத்தில் சந்திரசேகரன், இந்திய புவிசார் – அரசியலோடு பொருத்திக்கொள்கிறான். அதாவது சந்திரசேகரின் அரசியல் விருப்புறுதி சார்ந்த சுய –வரையறைக்கு ஓர் உருவம் கிடைத்துவிட்டது என்று சொல்லலாமா? அன்றாடத் தன்மையின் வெளிப்பாடுகள் அரசியல்ரீதியாக முழுமையாக அர்த்தப்படுத்த முடியாத குழப்பமான வெளிகளை எப்போதும் கொண்டிருக்கின்றன. நாம் கற்பிக்கும் அர்த்தப்பாடுகள் அன்றாடச் செயல்களில் பூடகமாகத்தான் இருக்கின்றன. புறச் சூழலில் ஏற்படும் சிறு மாற்றம்கூட அதே செயல்களின் அர்த்தத்தை முற்றிலும் வேறான தொனியில் வெளிப்படுத்தும் சாத்தியத்தை எப்போதும் கொண்டுள்ளது. பிரக்ஞைப் பூர்வமாகச் சுற்றி நடப்பதையெல்லாம் "விருந்தாளிக்கான பொறுப்பின்மையோடும் அக்கறையின்மையோடும் காலத்தைக் கழித்துவிடலாம்" என்று நினைத்தாலும் அதை அவனால் நடைமுறைப்படுத்த முடியவில்லை. மேலும், "நான் உல்லாசப்படும் ஆற்றலை இழந்துவிட்டேன். இனிமேல் எனக்குப் பெண்கள் எந்தக் கிளர்ச்சியும் ஏற்படுத்தமாட்டார்கள்" என்கிறான். வேறு விதமாகச் சொல்வதென்றால் சந்திரசேகரின் தந்தைக்குச் சாத்தியப்பட்டது சந்திரசேகரனுக்குச் சாத்தியப்படவில்லை. அப்பா ஸ்லோன் மிட்டாய் வாங்குவதைச் சந்திரசேகரன் எதிர்கொள்ளும்விதம் அவன் அன்றாடத் தன்மையிலான வாழ்க்கையை இழந்துவிட்டான் என்பதைப் புலப்படுத்துகின்றது. ஸ்லோன் மிட்டாய் முந்தைய சகஜ வாழ்க்கையின் குறியீடாகின்றது.

நாவலின் இறுதிப் பகுதியில் சந்திரசேகரின் அரசியல் விருப்புறுதி சார்ந்த சுய – வரையறைக்கு ஓர் உருவம் கிடைக்கின்றது. ஊரில் பெரும் கலவரம். அந்தத் துயரமான இரவில் சந்திரசேகரன் வழக்கமான பகுதிகளில் அலைந்துகொண்டிருக்கிறான். அகதிகளாக வந்திருந்த இஸ்லாமியர்கள் அப்புறப்படுத்தப்படுகிறார்கள். இந்தக் கலவரத்தில் சந்திரசேகரன் சிக்கிக்கொள்கிறான்.

அவனைக் காப்பாற்றிக்கொள்ள அவன் தலைதெறிக்க ஓட வேண்டியுள்ளது. அப்போது, ஒரு வீட்டின் மதில் சுவரைத் தாண்டிக் குதிக்கிறான். அந்த வீட்டில் இஸ்லாமியக் குடும்பம் ஒன்றுள்ளது. தங்களைத் தாக்குவதற்குத்தான் ஓர் இந்து வருகிறான் என்று அர்த்தப்படுத்திக்கொண்டு, பதினைந்து பதினாறு வயது மதிக்கக்கூடிய ஒரு சிறுமி, "நாங்கள் பிச்சை கேட்கிறோம். எங்களை ஒன்றும் செய்துவிடாதீர்கள்" என்று கெஞ்சியபடியே அவளுடைய ஆடைகளைக் களைந்தெறிகிறாள். அவனுக்கு முன் முழு நிர்வாணமாக நிற்கிறாள். போலீஸ் தடியடியில் இருந்து அவனைக் காப்பாற்றிய அந்த இஸ்லாமிய மூதாட்டியின் முன் 'என்னைக் காப்பாற்று' என்று கெஞ்சியதைச் சந்திரசேகரன் அர்த்தப்படுத்திக்கொண்ட விதத்தை நாம் இந்தப் பெண்ணின் நிலையோடு ஒப்பிட வேண்டியுள்ளது.

சந்திரசேகரனுக்குத் தலைசுற்றி வாந்தி வருகிறது. ஆனால் அடக்கிக்கொண்டு வெளியேறுகிறான். அவனைச் சதா இம்சைப்படுத்திக் கொண்டிருந்த உருவமற்ற அந்தப் பெண்ணும், அவனது அரசியல் விருப்புறுதி சார்ந்த உருவம்பெறாத அவனது சுய-வரையறையும் அந்தப் பெண் வடிவில் ஒன்றிணைவதாக அர்த்தப்படுத்திக்கொள்கிறேன். அந்தப் பெண் உருவம் அவனைப் புழுவாக்கிவிட்டது. இந்த நிலைக்கு அந்தப் பெண் தள்ளப்பட்டதற்குத் தானும் காரணமாகிவிட்டதாகப் புலம்புகிறான். சந்திரசேகரன் புரிந்துகொண்டிருக்கும் காந்தியமும் இந்தியா என்ற புவிசார்-அரசியல் தொகுப்பின் மீதான சந்திரசேகரின் ஏக்கமும் இணையும் புள்ளியை அந்தப் பெண் தகர்த்தெறிந்துவிட்டாள். உண்மையான காந்தியத்தின் ஆன்மாவை அந்தப் பெண் வெளிப்படுத்துகிறாள். அவளுடைய மற்றும் அவளுடைய குடும்பத்தாரின் வக்கற்ற நிலையை அரசியலாக வெளிப்படுத்துவதில் வெற்றி பெறுகிறாள். சந்திரசேகரன் உண்மையான காந்தியத்தைத் தரிசிக்கிறான். அந்தப் பெண்ணின் காந்தியம் இந்திய புவிசார்-அரசியலோடு என்றுமே இணைய முடியாதது. ஆனால் சந்திரசேகரனின் காந்தியம் மிகச் சுலபமாக அதனோடு இணையும் ஆபத்தை எப்போதும் கொண்டுள்ளது. இதைச் சந்திரசேகரனும் உணர்ந்திருக்கவில்லை, நாமும் உணர்ந்திருக்கவில்லை.

சந்திரசேகரன் அந்தச் சிறு பெண்ணின் நிர்வாணத்தைக் கண்டு குமட்டிக்கொண்டு வந்த வாந்தியை வெளியே எடுத்ததாகக் கதைசொல்லி சொல்லவில்லை. சொல்லியிருக்கலாம். ஆனால் அது சந்திரசேகரனைச் சீர்திருத்தவாதியாக மாற்றியிருக்கும். ஆனால், சந்திரசேகரன் சீர்திருந்தவாதியும் இல்லை. புரட்சிக்காரனும் இல்லை. அதாவது, அவன் அடிப்படையில் மாற்றத்துக்கு முகம்

கொடுக்கும் அங்ககமான கலகக்காரனும் (*organic revolutionary*) இல்லை; மானுட இருப்பு, தோற்றவெளி அறிதல் ஆகியவற்றில் முனைப்புடைய கலகக்காரனும் (*ontological revolutionary*) இல்லை. உதாரணம் சொல்வதென்றால், அம்பேத்கர் முதல் வகை; காந்தி இரண்டாம் வகை. சந்திரசேகரன், அம்பேத்கர் போல் வரலாற்றிற்குள் தன்னை முழுமையாக இணைத்துக்கொள்ள முடியாதவனாக இருக்கிறான். காந்தியைப் போல் அதிலிருந்து முற்றிலுமாக வெளியேற முடியாதவனாகவும் இருக்கிறான். நாம் நம்மைப் புரட்சியாளனாகக் கற்பிதம் செய்துகொண்டால், நாம் சந்திரசேகரனை நிராகரிக்கலாம். ஆனால் சந்திரசேகரன் நம்மைப் போன்று வரலாற்றிற்குள் முழுமையாக இணையவும் முடியாமல், விலகியிருக்கவும் முடியாமல் தவிப்பில் இருப்பவன். நாவலின் இறுதி வரி, ஓடிக்கொண்டேயிருந்த சந்திரசேகரன் பொழுது விடிந்திருப்பதை உணர்ந்தான் என்கின்றது. தன்னை நிர்வாணமாக்கிக் கொண்ட அந்த இஸ்லாமியப் பெண் உணர்த்த விரும்பியதைச் சந்திரசேகரன் உணர்ந்திருக்கலாம். நமக்குத் தெரியாது.

நான் நாவலுக்குச் சற்று வெளியே போக விரும்புகிறேன். சந்திரசேகரனுக்குச் சாத்தியப்படாத மறதியின் கவித்துவம் அவனுடைய தாய்க்குச் சாத்தியப்படுகின்றது. வரலாற்றிற்குள் சிக்கிய ஒருவரை வரலாற்றிற்கு வெளியே எதிர்கொள்ளும் தருணத்தை 'அப்பாவின் சினேகிதர்' சிறுகதை அற்புதமாக வெளிப்படுத்துகிறது. இந்தச் சிறுகதையை நாம் இந்த நாவலின் தொடர்ச்சியாக வாசித்தோம் என்றால் அந்த மறதியின் அழகை உணரலாம். சந்திரசேகரனின் தந்தை இறந்தபின் அவன் குடும்பம் பெரும் சிக்கலில் மாட்டிக்கொள்கின்றது. ரயில்வே குடியிருப்பைக் காலி செய்து வேறு வீட்டிற்குப் போக வேண்டும். சையது தவிர வேறு எவரும் இல்லாத நிலையில் மாற்று வீடு ஏற்பாடு செய்ய அவரையே நம்புகிறான் சந்திரசேகரன் (நாவலில் வரும் சந்திரசேகரன் சிறுகதையில் நாராயணன்). சையது அவர் இருக்கும் நிலையில் (மற்றொரு சிறுகதையான 'ஐநூறு கோப்பை தட்டுகள்' இதை மிக அற்புதமாக விவரிக்கின்றது) சந்திரசேகரன் கொடுத்த பணத்தைச் செலவழித்துவிடுகிறார். பல வருடங்கள் கழித்துச் சென்னையில் சந்திரசேகரன் சையது மாமாவை எதேச்சையாய்ச் சந்திக்கிறான். வீட்டிற்கு வந்து சந்திரசேகரனின் அம்மாவைப் பார்க்க வேண்டும் என்று சையது சொல்கிறார். சந்திரசேகரனுக்கு அவரை வீட்டிற்கு அழைத்துச் செல்ல விருப்பம் இல்லை. அவரால் அவர் குடும்பம் பட்ட கஷ்டங்களை அவனால் மறக்க முடியவில்லை. சையது மாமா ஏமாற்றியதை அம்மாவிடம் சொன்னபோது அவள் எப்படியெல்லாம் திட்டினாள் என்பதை

நினைத்துப் பார்த்தான். நிச்சயமாக சையதைப் பார்க்க அம்மா விரும்பயாட்டாள் என்றும் நினைத்தான். ஆனால், சையது மார்பில் அடித்துக்கொண்டு அடம் பிடித்ததால், வேறு வழியில்லாமல் அழைத்துச் செல்கிறான். போகிற வழியெல்லாம் அம்மா அவரை என்ன அசிங்கமாகப் பேசப்போகிறாளோ என்று பயந்துகொண்டே போகிறான். வீட்டில் அவனுடைய அம்மா சையதைப் பார்த்தவுடன் இப்படிச் சொல்வதாகச் சிறுகதை முடிகின்றது: "உங்களை எல்லாம் விட்டுட்டு இவ்வளவு சீக்கிரம் போக உங்க சிநேகிதருக்கு எப்படி மனசு வந்தது."

சமூகத்தில் மக்களிடையே கலாச்சார ரீதியாக மதச்சார்பின்மை என ஒன்று இருக்குமேயானால் அது இத்தகைய கணங்களில்தான் உள்ளது; நிச்சயமாக வரலாற்றில் இல்லை.